AF529615

നോവ്

കഥകൾ

വിദ്യ വിമൽ

ബോധി ബുക്സ്
കൊല്ലം - 691 576

നോവ്

Bodhi Books
Nedumpana PO, Kannanalloor
Kollam - 691576, Kerala, India
E-mail: bodhibooks03@gmail.com
Tel: +91 9447304886

NOVU
By Vidhya Vimal
Stories / Malayalam

First Published: May, 2024

Typesetting: Bodhi Books
Cover & Book Design:
Chembarathi Creatives

ISBN: 978-81-19770-00-7

Price **Rs. 200**
Production No. B-B-175-1-50-5-24

Rights @ Author

No Part of this publication may be re produced
or transmitted in any form or by any means,
without any prior written permission
of the author or publisher

Printed and bound in India by
Repro Mumbai

പ്രസാധകക്കുറിപ്പ്

കൊവിഡ് കാലം വെച്ചുനീട്ടിയ കടുത്ത നിസംഗതയും മരവിപ്പും, അതിജീവിക്കാൻ നമ്മുടെ സ്ത്രീകളെ ഒട്ടുവളരെ സഹായിച്ചത് നവമാധ്യമങ്ങളാണ്. സ്ത്രീകളുടെ സ്വതന്ത്ര മായ ആശയ പ്രകാശനത്തിലേക്കും മനസ്സുതുറക്കലുകളി ലേക്കും അവനയിച്ചു. അടച്ചുപൂട്ടലുകളിൽ നിന്നുള്ള അതി ജീവനം കൂടിയായിരുന്നു അത്തരം എഴുത്തുകൾ. വീട്ടകങ്ങ ളിൽ മാത്രമൊതുങ്ങിയ പെൺ ജന്മങ്ങൾ അമ്പരപ്പിക്കുന്ന ആശയലോകത്തെ നമുക്കു കാണിച്ചുതന്നു. ഈ രചനക ളിൾ പലതും ആവിഷ്കരണത്തിൽ ഒട്ടുവളരെ മികവു പുലർ ത്തുന്നവയല്ലെങ്കിലും സത്യസന്ധതയും ഉള്ളടക്ക വൈവിധ്യ വുംകൊണ്ട് ശ്രദ്ധിക്കപ്പെട്ടവയാണ്. ആവിധം ആർജ്ജവം മുറ്റിയ എഴുത്തുകളാണ് വിദ്യവിമലിന്റെയും സവിശേഷത. മനുഷ്യ സാഹോദര്യവും നന്മയും സാമൂഹികാവസ്ഥകളോടു ള്ള പ്രതിഷേധങ്ങളും ചൂഷണത്തിനെതിരെയുള്ള പ്രതിരോ ധവും അവരുടെ എഴുത്തുകളിൽ വാങ്മയംപൂണ്ട് ഒരുങ്ങി നിൽക്കുന്നു.

വിദ്യ വിമലിന്റെ കഥകളാണ് നോവ് എന്ന ഈ ഭാഗത്ത് ഉൾപ്പെട്ടിരിക്കുന്നത്. ഭാവനയോ യാഥാർഥ്യങ്ങളോ എന്ന സ്ഥലജഭ്രാന്തി പകരുന്നവയാണ് ഈ കഥകൾ. ആശയത്തെ ആർക്കും എളുപ്പത്തിൽ മനസ്സിലാക്കാനാവും വിധം ലളിത മായ ആഖ്യാനം. തീർച്ചയായും എഴുത്തുകാരി വായനക്കാ രന്റെ പരിഗണന അർഹിക്കുന്നു. പുസ്തകത്തെ സദയം സ്വീ കരിച്ചാലും.

വിദ്യ വിമൽ

കണ്ണൂർ ഇരിട്ടി സ്വദേശി. പയഞ്ചേരിയിൽ താമസം. പി.എച്ച്. സുലൈമാൻ, മറിയം - മാതാപിതാക്കൾ.
വിളക്കോട് ഗവൺമെന്റ് യു.പി സ്കൂൾ, കാവുംപടി സി.എച്ച്. എം.എച്ച്.എസ്, കാക്കയങ്ങാട് പാലാ ഗവൺമെന്റ് ഹയർ സെക്കൻഡറി സ്കൂൾ എന്നിവിടങ്ങളിൽ വിദ്യാഭ്യാസം. ആനു കാലികങ്ങളിൽ എഴുതാറുണ്ട്. കലാസാഹിത്യ മേഖലയിൽ പ്രവർത്തിക്കുന്നു. കൂട്ടായ്മ പുസ്തകങ്ങളിൽ കവിതയും കഥകളും പ്രസിദ്ധീകരിച്ചിട്ടുണ്ട്.
Vidhyas World എന്ന സ്വന്തം യൂട്യൂബ് ചാനലിൽ കുക്കിംഗ് വ്ലോഗ് ചെയ്തു വരുന്നു.
ഇരിട്ടിയിലെ അലൻ ഹോമിയോ മെഡിക്കൽ ഷോപ്പിൽ ജോലി ചെയ്യുന്നു.
ഭർത്താവ്: കുഴുമ്പിൽ വിമൽകുമാർ
മക്കൾ: ദിയ, നിയ (ഇരുവരും വിദ്യാർത്ഥിനികൾ)
വിലാസം: വിദ്യ വിമൽ, കുഴുമ്പിൽ വീട്, പയഞ്ചേരി, ഇരിട്ടി, കണ്ണൂർ - 670 703.
email : vidhyavimal590@gmail.com

ആമുഖം

ചില സമയങ്ങളിൽ എഴുത്ത് ഒരു ലഹരിയായി തോന്നാറുണ്ട്. വെറുതെയിരിക്കുമ്പോൾ എന്തെങ്കിലും എഴുതണം എന്ന ചിന്ത വരും. അനുഭവങ്ങളിലൂടെ സഞ്ചരിക്കും. അങ്ങനെ എഴുതിയ കുറച്ച് കഥകളാണ് ഞാനീ കഥാസമാഹാരത്തിൽ ഉൾപ്പെടുത്തിയിട്ടുള്ളത്. അനുഭവങ്ങളിൽ നിന്നും മൗനങ്ങളിൽ നിന്നും ഉരുത്തിരിഞ്ഞ കഥകൾ ഇതിൽ ഉൾപ്പെടുന്നു.

എഴുത്തിന്റെ വഴിയിൽ പ്രോത്സാഹനം തന്ന നിരവധി സുഹൃത്തുക്കളും എഫ് ബി സുഹൃത്തുക്കളും ഉണ്ട്. എല്ലാവരെയും ഈ അവസരത്തിൽ ഓർക്കുന്നു. ഏറ്റവും കൂടുതൽ പിന്തുണ തന്നത് ഭർത്താവു തന്നെയാണ്. വീട്ടുപണിയുടെയും ജോലിയുടെയും തിരക്കിൽ എഴുതാൻ കഴിയാതെ പോയപ്പോഴെല്ലാം ഒപ്പം നിന്നും, എഴുതണം എന്നു പറഞ്ഞ് എഴുതിച്ചതും അദ്ദേഹം തന്നെ. അതേ പിന്തുണയും പ്രോത്സാഹനവും കൊണ്ടു തന്നെയാണ് ഇപ്പോൾ എഴുതിയവ പുസ്തകമായി പുറംലോകത്തേക്ക് എത്തുന്നതും. ഭർത്താവിനോടും കുടുംബത്തോടുമുള്ള കടപ്പാടും നന്ദിയും ഈ സന്തോഷനിമിഷത്തിൽ രേഖപ്പെടുത്തികൊള്ളട്ടെ.

ആകാംക്ഷയോടെ ഈ കഥാസമാഹാരം വായനക്കാരുടെ മുന്നിലേക്ക് എത്തിക്കുന്നു. എന്നും കൂടെ ഉണ്ടാകുമെന്ന പ്രതീക്ഷയോടെ..

- വിദ്യ വിമൽ

കഥകളിലൂടെ

തിരയും തീരവും

അതേ, ഞാനും പ്രണയിക്കുന്നു.

തിരയേയും തിരമാലകളെയും..

കരയോടുള്ള അടങ്ങാത്ത അഭിനിവേശം കാരണം കടൽത്തിര ഇടയ്ക്കിടെ വന്ന് കരയുടെ കൈകളിൽ

മുത്തം കൊടുത്ത് തലോടി മിന്നി മറയുന്നു.

തിരമാലകൾ വന്ന് തീരത്തെ തഴുകി മറയുമ്പോൾ കര വിചാരിക്കുന്നു, കടലിന് തന്നോട് വല്ലാത്ത പ്രണയം ആണെന്ന്. പക്ഷേ, മറുകരയോടും കടൽ അങ്ങനെ തന്നെ ആണെന്ന് മനസ്സിലാക്കുന്ന തീരം ചിന്തിക്കുന്നു: 'ഏത് കയറ്റത്തിനും ഒരു ഇറക്കവും കാണുമല്ലോ' എന്ന സത്യം.

എങ്കിലും തിരയ്ക്ക്, തീരത്തിന്റെ അടുത്ത് എത്താതിരിക്കാൻ ആവുമോ.?

ഇല്ല.

മറുകരയിലേക്ക് പോയതിനേക്കാൾ വേഗത്തിൽ അത് തിരിച്ചു വരുന്നു. വീണ്ടും വീണ്ടും കരയെ തലോടുവാൻ...

കടലിന്റെ ആഴങ്ങളിലേക്കാണ് യാത്ര പോകുന്നതെന്ന തിരിച്ചറിവ് ചില തിരകൾക്കുണ്ടെങ്കിലും, തീരം - തിരയെയും, തിര - കടലിനെയും അഗാധമായി പ്രണയിക്കുന്നു..

അതേ, എനിക്കും പ്രണയമാണ്. താഴ്ച്ചയും ഉയർച്ചയും പഠിപ്പിച്ചു തന്ന തിരമാലകളോട്..

എത്ര കണ്ടാലും മതിവരാത്ത കടൽത്തീരത്തിന്റെ വശ്യസൗന്ദര്യത്തോടും..

ഞങ്ങളുടെ കുഞ്ഞാറ്റ

ലേബർ റൂമിലേക്ക് കയറുമ്പോൾ സ്ട്രെച്ചറിൽ കിടന്ന എന്നെ നോക്കി വിമലേട്ടൻ പതിവ് ശൈലിയിൽ ഒന്നു കണ്ണിറുക്കി. പുതിയ ഒരു അതിഥി കൂടി വരുന്നതിന്റെ സന്തോഷത്തിലാണ് പുള്ളി.

എല്ലാവരുടെയും ക്ഷമയോടെയുള്ള കാത്തിരിപ്പിനൊടുവിൽ ടർക്കിയിൽ പൊതിഞ്ഞു ഓമനത്തമുള്ള പെൺകുഞ്ഞിനെയും എടുത്തു ദൈവത്തിന്റെ മാലാഖമാരായ നേഴ്സുമാർ ലേബർ റൂമിന്റെ വാതിൽ തുറന്നു പുറത്തേക്കു വന്നു..

'വിമൽ ആരാ...?'

'ഞാനാണ്..'

വിമലേട്ടനെ നോക്കി ചിരിച്ചു കൊണ്ട് മാലാഖമാരിലൊരാൾ പറഞ്ഞു:

നിങ്ങൾ വീണ്ടും ഒരു പെൺകുഞ്ഞിന്റെ അച്ഛനായിരിക്കുന്നു.

വിമലേട്ടന്റെ മനസ്സ് സന്തോഷതാൽ പുളകം കൊണ്ടു.

അവളുടെ കുസൃതി നിറഞ്ഞ കളി ചിരികൾക്കിടയിൽ ദിവസങ്ങളും മാസങ്ങളും കടന്നു പൊയ്ക്കൊണ്ടിരുന്നു.

എല്ലാത്തിനും അവളുടെ കൂട്ടായി എന്നും ഏച്ചി കുക്കുവും. ചിലപ്പോൾ കുക്കുവുമായുള്ള വികൃതികൾ. മറ്റുചിലപ്പോൾ അവളുമൊത്തുള്ള തമാശകൾ.

അവൾ സ്കൂളിൽ പോയിത്തുടങ്ങി.

വഴി അരികിലെ പുല്ലിനോടും പൂക്കളോടും പൂമ്പാറ്റയോടും കുശലം പറഞ്ഞു. തേച്ചു മിനുക്കിയ യൂനിഫോം അണിഞ്ഞു. എന്റെ കയ്യും പിടിച്ചു സ്കൂളിലേകുള്ള യാത്രകൾ.

കലാലയ വരാന്തയിൽ എത്തുമ്പോൾത്തന്നെ മുഖം ലേശം മങ്ങി. അവളെ ക്ലാസ്സിൽ കൊണ്ടിരുത്തി പോകുമ്പോൾ നിറഞ്ഞ മിഴികളോടെ എന്നെ നോക്കി നിൽക്കുന്ന അവളെ പോയി

കെട്ടി പിടിച്ചു ഒരു ഉമ്മ കൊടുത്തു സമാധാനിപ്പിച്ചു വീണ്ടും ഞാൻ വീട്ടിലേക്ക്..

ലീന ടീച്ചർ ക്ലാസ്സ് തുടങ്ങി.

ക്ലാസ്സിനിടയിൽ കുട്ടികളോടായി ഒരു ചോദ്യവും പാസ്സാക്കി-

'ആരേലും കുളിക്കാതെ വന്നിട്ടുണ്ടോ..?'

പതിവുപോലെ ലീന ടീച്ചറുടെ വാക്കുകൾ കേട്ട വികൃതിക്കാരൻ നന്ദു ലാസ്റ്റ് ബെഞ്ചിലെ കുട്ടിയെ ചൂണ്ടി ഒറ്റികൊടുക്കുന്നു:

'ടീച്ചറെ അവൻ കുളിക്കാതെയാ വന്നേ. തമിഴൻ ചെക്കനാ, ടീച്ചറെ'

'ഏതു തമിഴനായലും, പളനി ആണ്ടവനായലും കുളി, പല്ലു തേപ്പ്, ചന്തി കഴുകൽ.. എന്റെ ക്ലാസ്സിൽ ഇതെല്ലാം നിർബന്ധമാണ്..'

ശുചിത്വത്തിൽ ഒട്ടും വിട്ടുവീഴ്ച ചെയ്യാത്ത ടീച്ചർ...

എടുത്തു പറയത്തക്ക സംഭവം ഒന്നുമില്ലാതെ അവളുടെ സ്കൂൾ ലൈഫ് മൂന്ന് നാലു മാസം നീങ്ങി.

പകൽ കുറച്ചു നേരം ഉറങ്ങിയതു കൊണ്ടാവാം, അന്നൊരു ദിവസം രാത്രി

അവൾക്കു ഉറക്കം തീരെ വന്നില്ല..

തിരിഞ്ഞും, മറിഞ്ഞും കിടക്കുമ്പോളും കൂട്ടുകാരൻ നന്ദു ഇടയ്ക്കിടെ പറഞ്ഞു കേൾപ്പിക്കുന്ന പ്രേത കഥകൾ മനസ്സിൽ കിടന്നു വല്ലാണ്ട് വിങ്ങാൻ തുടങ്ങി.

രാത്രിയുടെ ആഴം കൂടി. എങ്ങും കൂരിരുട്ട്. പോരാഞ്ഞ് മഴയും...

ഏറെനേരമായി കറന്റുമില്ല.

ഇടയ്ക്ക് ജനലിൽക്കൂടി വരുന്നമിന്നൽ മാത്രമാണ് ലേശം വെളിച്ചം അകത്തേക്കിറ്റിച്ചത്.

അവളെ ശ്രദ്ധിച്ചിരിക്കുകയായിരുന്ന എനിക്ക്, കുഞ്ഞു മനസ്സ് വല്ലാണ്ടു പേടിക്കുന്നുണ്ടെന്നു മനസ്സിലായി. അവളുടെ കുഞ്ഞു ശരീരം മുഴുവനും ഇഴഞ്ഞു കേറുന്ന തണുത്ത മരവിപ്പ് ഞാൻ അറിയുന്നുണ്ടാരുന്നു.

'ഇന്ന് അമവാസി നാളാണോ അമ്മേ. എന്റെ ക്ലാസ്സിലെ നന്ദു പറയുകയാ അവന്റെ വീട്ടിലൊക്കെ അമാവാസി രാത്രിയിൽ പ്രേതം വരാറുണ്ടെന്ന്. ഇരുട്ടിനെ ഇഷ്ടപ്പെടുന്ന പ്രേതങ്ങൾ ചന്ദ്രൻ ഇല്ലാത്ത രാത്രികളിലാണുപോലും പുറത്തിറങ്ങുക'

അവൾ വിറയാർന്ന സ്വരത്തിൽ എന്നോടു പറഞ്ഞു.

മോളുടെ ആ രാത്രിയിലെ ഉറക്കം നഷ്ടപ്പെട്ടു എന്നു തോന്നുന്നു. അടുക്കള വശത്തിരുന്ന പാത്രം പൂച്ച തട്ടിയിട്ട ചെറിയൊരു ശബ്ദം പോലും അവൾക്ക് ഭയനകമായിത്തോന്നി.

അത് പ്രേതം ആയിരിക്കുമോ?

ഒന്നുറപ്പാണ്. എന്തോ വല്യ ഒരദൃശ്യശക്തിയുണ്ട്. ഉത്തരം കിട്ടാത്ത നൂറു കൂട്ടം ചോദ്യ ശരങ്ങൾ അവളിൽ കുന്നു കൂടി.

അവളുടെ ഹൃദയം കൂടുതൽ മിടിക്കാൻ തുടങ്ങി. പൊന്തിയും താണുമുള്ള ശ്വാസോച്ഛസത്തിന്റെ വേഗത കൂടി. വിറയാർന്ന അവളുടെ കൈകൾ എന്റെ നെഞ്ചിൽ വെച്ച് ഉറങ്ങാൻ നോക്കി. പക്ഷേ. പ്രേതത്തെക്കുറിച്ചുള്ള സ്വപ്നങ്ങൾ അവളുടെ ഉറക്കം കെടുത്തി. പിന്നീട് എപ്പോഴോ ഭയപ്പെടുത്തുന്ന ഓർമ്മകൾ പെയ്തു തീരാത്ത രാത്രിയുടെ അന്ത്യയാമങ്ങൾ അവളുടെ കണ്ണുകളിലേക്ക് നിദ്രയെ ഇറ്റിച്ചുകൊടുത്തു.

വീണ്ടും രാവിലെ.

പതിവുപോലെ എന്റെ കൈപിടിച്ചു സ്കൂളിലേക്ക് അവളുടെ യാത്ര. കൂട്ടത്തിൽ കുറെയധികം ചോദ്യങ്ങളും.

'ശരിക്കും പ്രേതം ഭൂതം പിശാചുക്കൾ എന്നിവയുണ്ടോ? ആത്മാവ്.. ഇതൊക്കെ ഉണ്ടായിരിക്കുമോ..?

അതോ, നന്ദു വെറുതെ പേടിപ്പിക്കാൻ പറഞ്ഞതായിരിക്കുമോ..?'

വേര്

എന്റെ നോട്ടം കുറേ നേരമായിട്ട് മുറ്റത്തിന്റെ ഒരുവശത്താ യി മുളച്ചു പൊന്തിവരുന്ന ജമന്തിതൈകളിലേക്കാണ്. അയൽ ക്കാരൻ നാരായണേട്ടന്റെ ശബ്ദം കേട്ടാണ് ആ നോട്ടത്തിൽ നിന്നും താത്കാലികമായി എന്റെ കണ്ണ് ഉൾവലിഞ്ഞത്.

എന്തുപറ്റി? അവിടെ വല്ല പാമ്പിനെയോ മറ്റോ കണ്ടോ?

കുറെ നേരമായുള്ള എന്റെ നോട്ടം നാരായണേട്ടൻ ശ്രദ്ധി ക്കുന്നുണ്ടായിരുന്നുവെന്ന് അപ്പോഴാണ് എനിക്കു മനസ്സിലാ യത്. എന്റെ ചിന്താമണ്ഡലം ഒരു പുഴപോലെ ഒഴുകുകയാണ്. അതിനെ തഴുകിയും തലോടിയും കുറച്ചധികം ഓർമ്മകളും..

കഴിഞ്ഞ കുറെ കാലങ്ങളായിട്ട് മണ്ണ് കൂട്ടിയിട്ടിരിക്കുന്ന മു റ്റത്തിന്റെ ഒരു വശം. അവിടെ ഉണ്ടായിരുന്ന ചെറുതും വലുതു

മായ ധാരാളം ചെടികളും തൈകളും വേരോടെ നശിച്ചു പോയിരിക്കുന്നു. അളവിൽ കവിഞ്ഞ് വേരുറച്ചു നിന്നിരുന്നു എന്ന് കാഴ്ചയിൽ

നമുക്ക് തോന്നിയതും നമ്മെക്കൊണ്ട് തോന്നിപ്പിച്ചതുമായ മറ്റു ചെടികളുടെയൊക്കെ അവശിഷ്ടം തന്നെ മണ്ണിലലിഞ്ഞു പോയിക്കാണും..

അതിന്റെയൊന്നും പ്രതീക്ഷയുടെ നേരിയ തിരി വെളിച്ചം പോലും കാണുന്നതേയില്ല. ഉത്തരം കിട്ടാത്ത കുറച്ചു ചോദ്യങ്ങൾ എന്റെ ഉള്ളിൽ കിടന്നു വിങ്ങാൻ തുടങ്ങി..

ഈ ജമന്തിത്തൈകളാണേൽ ഏറെക്കാലമായിട്ട് അവിടെ കണ്ടതുമില്ല. പ്രതീക്ഷയുടെ തിരിവെളിച്ചമായ് ഒരു മുള പോലും അവിടെ പ്രത്യക്ഷപ്പെട്ടതുമില്ല.

ആ മണ്ണിന്റെ ജീവനും ജീവവായുവും ഹൃദയതാളവും സ്പന്ദനവും തമ്മിലുള്ള നിർവ്വചിക്കാനാവാത്ത ആത്മബന്ധം കൊണ്ടാകാം എല്ലാം നശിച്ച് അസ്തമിച്ചുവെന്ന് കരുതിയ ജമന്തി തൈകൾ ഇതാ വീണ്ടും മുളച്ചു പൊന്തി വരുന്നു.

അതും, പടർന്നു.. പടർന്നു..പടർന്ന്..

അവിടെ മുഴുവൻ വ്യാപിച്ചിരിക്കുന്നു. ആദ്യമുണ്ടായിരുന്നതിന്റെ പതിന്മടങ്ങ് വളർച്ചയോടും കരുത്തോടുംകൂടി.

ഇതാണ് പറഞ്ഞത്, നമ്മൾ എത്ര നശിപ്പിച്ചു കളഞ്ഞാലും ആഴത്തിൽ വേരൂന്നിയാൽപ്പിന്നെ അത് പറിച്ചു മാറ്റുക എന്നത് അസാധ്യമാണ്. നമ്മൾ എത്ര പിഴുതെറിഞ്ഞാലും മൺകൂനകൾക്കിടയിൽ പെട്ട് ഞെരുങ്ങിയമർന്നു പോയാലും അത് വീണ്ടും തളിർക്കും, പൂക്കും. വസന്തം വിരിയിക്കും.

അത് മണ്ണിലായാലും മനുഷ്യമനസ്സിലായാലും..

സേവ് ദ ഡേറ്റ്

കൊലുസിന്റെ ശബ്ദം കേട്ടപാടെ അവനു മനസ്സിലായി, അതവൾ തന്നെ.

തന്റെ പെണ്ണ്.

കോളേജിന്റെ ഗേറ്റും കടന്നു വരാന്തയിലൂടെ കൂട്ടുകാരികളുമൊത്തു നടന്നു വരുന്ന അവൾക്കു കൂടുതൽ ഭംഗി ഉള്ളതു പോലെ അവനു തോന്നി.

ഇളം പിങ്കു നിറമുള്ള ചുരിദാർ. നീളമുള്ള കാർകൂന്തൽ. വെളുത്തു മെലിഞ്ഞ പെൺകുട്ടി.

അവൾക്കും അവനെ വല്ലാണ്ട് ഇഷ്ടമാണ്. ആരും കാണാതെ അവനെ ഒന്ന് തിരിഞ്ഞു നോക്കിയിട്ട് അവൾ ക്ലാസിലേക്കു കയറി.

തൊട്ടടുത്ത ക്ലാസ്സ് തന്നെയാണ് അവന്റെയും.

ആത്മാവിൽ ആളിപ്പടർന്ന തീ നാളം പോലെ, അലയടിച്ചെത്തിയ തിരമാലകൾ പോലെ, അവരുടെ പ്രണയം ക്യാമ്പസിൽ കത്തിജ്വലിച്ചു നിന്നു. കോളേജ് ഇടവഴികളിൽ വെച്ച് ആരും കാണാതെ പല തവണ അവൻ അവൾക്കു ചെറു ചുംബനം നൽകി. ആദ്യമായ് ചുംബനം നൽകിയപ്പോൾ നാണം കൊണ്ട് ആ മുഖം ചുവന്നു തുടുത്ത നേരം അവൾ പറഞ്ഞു: "

'വൃത്തികെട്ടവൻ'

'ഓ എന്നാപ്പിന്നെ ഇനി ഞാനിതൊന്നും നിനക്കുതരുന്നില്ല, പെണ്ണേ. നിന്റെ കഴുത്തിൽ ഒരു താലി വീഴ്ത്തി, മധുവിധുവിന്റെ നാളുകൾ നാമാഘോഷിക്കുമ്പോൾ നിന്നെ ഞാൻ ചുംബനം കൊണ്ട് മൂടിക്കോളാം. അപ്പോളും നീ പറയില്ലേ പെണ്ണേ, നിങ്ങൾക്കിതേ എപ്പോഴും വിചാരമുള്ളുവെന്ന്. എനിക്കറിയാം, നീ പറയുമെന്ന്. അതും അപ്പോൾ ഞാനങ്ങ് സഹിച്ചോളാം.. എല്ലാം കഴിഞ്ഞു കുട്ടികളുമായി, കുടുംബിനിയായി നീ നിൽക്കുമ്പോൾ ആരും കാണാതെ നിന്നെ ചേർത്തു പിടിച്ച് സ്നേഹചുംബനം

തരുമ്പോളും നീ പറയില്ലേ പെണ്ണേ, 'ദേ, കുട്ടികൾ കാണുന്നൂന്ന് .എനിക്കറിയാം പെണ്ണേ, നീ അപ്പോഴും അതു പറയുമെന്ന്..

അവസാനം, കാലങ്ങൾ കുറേ താണ്ടി ചുളിവുവന്ന നമ്മുടെ ശരീരത്ത് പരസ്പരം കുഴമ്പുതേച്ചുകൊണ്ടിരിക്കെ, പഴകിത്തേഞ്ഞ ചുംബനം ഞാൻ നിനക്ക് നൽകുമ്പോളും നീ പറയില്ലേ പെണ്ണേ, 'പിള്ളേരും കൊച്ചു മക്കളുമായി. എന്നിട്ടും, ഇതിന് ഒരു കുറവും വന്നിട്ടില്ലേയെന്ന്..'

സംസാരം നീണ്ടു. ഒപ്പം കളി ചിരികളും.

ഒടുവിലിതാ കാമ്പസ് ജീവിതവും തീരാറായിരിക്കുന്നു. രണ്ടു പേരിലും ദുഃഖത്തിന്റെ കാർമേഘം ഇരുണ്ടു മൂടിത്തുടങ്ങി. ഏതു നിമിഷവും അതു പേമാരിയായ് പെയ്തു തീരാം...

അവൻ ആകെ അസ്വസ്ഥനായി. അമൃതുപോൽ കരുതിയ ഇവളുടെ നാവിൻ തുമ്പിൽ നിന്നും ഇനി എന്തു വാക്കുകൾ ആയിരിക്കും പുറത്തേക്ക് വരിക?

അവൻ വിചാരിച്ചതുപോലെ തന്നെ സംഭവിച്ചു.

'എല്ലാം നമുക്കിനി മറക്കാം. എന്നെന്നേക്കുമായി. കഴിഞ്ഞതൊന്നുമിനി ഓർക്കാതിരിക്കാം'

ശാന്ത സ്വരത്തിൽ, അല്പം വേദനയോടെ അവൾ അവനോട് പറഞ്ഞു.

'ഡീ..പെണ്ണേ! ഈ കലാലയ ജീവിതം അവസാനിക്കുന്നതോടെ നീയെന്റെ ഹൃദയം വിട്ടിറങ്ങുമ്പോൾ നിന്റെ പൊള്ള വാഗ്ദാനങ്ങളെല്ലാം നിനക്ക് മടക്കി എടുക്കാനാകുമോടീ.?'

അയാളുടെ സ്വരം ഇടറി. ആ വാക്കുകളിൽ അവൾ മൗനിയായി. അവന്റെ വാക്കുകൾ അവളുടെ ഹൃദയത്തിൽത്തന്നെ തറച്ചു കയറി.

അവൾ നടന്നകന്നു.ഒന്നും പറയാതെ.

മാസങ്ങൾ കഴിഞ്ഞു.

വീണ്ടും അവർ കണ്ടു മുട്ടി. ഇടയ്ക്കിടെ ഫോണിൽ സംസാരിക്കാനുംതുടങ്ങി.

പോകെപ്പോകെ, അയാളുടെ ഏകാന്ത രാത്രികൾക്ക് മൂകസാക്ഷിയായി. നിശബ്ദമായി മൗനമായി അവൾ അനുഗമിച്ചുകൊണ്ടിരുന്നു.

കണ്ടുമുട്ടലുകളുടെ ഇടവേളകൾ കുറഞ്ഞുവന്നു.

തീക്കാറ്റു പോലെ ആളിപ്പടർന്ന പ്രണയം. അവരുടെ ഉടയാടകളെല്ലാം നഗ്നത കവർന്ന്..ഇരു ചെവികളും ചുണ്ടുകളും പര

സ്പരം തൊട്ടുരുമ്മി. ഒരൊറ്റയുടലായി. പരസ്പരം ഒന്നായും ഒറ്റ ചുംബനം കൊണ്ട് നൂറായിരം ഓർമ്മകളുടെ വസന്തമായ് നിദ്ര യിൽ വീണും..അങ്ങനെയങ്ങനെ. മേനികൾ ഒന്നായി.

പക്ഷേ-

അവരുടെ സന്തോഷത്തിന് ആയുസുകുറവായിരുന്നു. പെ ട്ടെന്നൊരു ദിവസം ദുരന്തം വാഹനാപകടത്തിന്റെ രൂപത്തിൽ അയാളെ വേട്ടയാടി..

ഒരു വിധത്തിൽ ജീവൻ തിരിച്ചു കിട്ടിയെന്നു മാത്രം. തല നാ രിഴയ്ക്ക് രക്ഷപെട്ടു. അത്ര തന്നെ.

പാവം അവൾ. നീറിനീറി..

ഇടയ്ക്ക് ആശുപത്രിയിൽ പോയി അവനെ കാണും.

ദിവസങ്ങൾ നീണ്ട ചികിത്സയ്ക്കൊടുവിൽ ലേശം മാറ്റ ങ്ങൾ അവനിൽ കണ്ടു തുടങ്ങി. ശരീരം മരുന്നുകളോട് പ്രതിക രിക്കുന്നുണ്ട്. കൈ കാലുകളിലെ ഒടിവുകൾ മാറി വന്നു. ചലന വും സംസാരശേഷിയും ആദ്യം തിരിച്ചുകിട്ടി.

അല്പം മങ്ങിയ കാഴ്ചയിൽ ആശുപത്രിക്കിടക്കയിൽ തന്റെ അടുത്തിരിക്കുന്ന പ്രണയിനിയെ അയാൾ കണ്ടു.

അവൾ അയാളുടെ അധരങ്ങളിൽ ചുംബിച്ചു.

അപ്പോൾ കൈകൊണ്ട് അയാൾ അവളുടെ ശിരസ്സിൽ മെല്ലെ തലോടുകയായിരുന്നു. അവൾ മെല്ലെ ആ കയ്യെടുത്തു വീർത്തു വരുന്ന തന്റെ വയറിൽ ചേർത്തുവെച്ചു..

പ്രകൃതിക്കൊരു പ്രണയ ലേഖനം

പ്രിയപ്പെട്ട പ്രകൃതിക്ക്..

ഞാൻ നിന്നെ എത്ര മാത്രം സ്നേഹിക്കുന്നുവെന്ന് എനിക്ക് അറിയില്ല. അത്രയ്ക്ക് ഇഷ്ടാണ് എനിക്കു നിന്നെ. നിന്നെ പ്രണയിക്കാനുള്ള യോഗ്യതയുണ്ടോ എന്നുമെനിക്കറിയില്ല.

കാരണം, എന്നെപ്പോലെ എത്രയോ ജീവനുകൾ നിന്റെ പ്രണയത്തിനായി ദാഹിച്ചു വലയുന്നുണ്ട്. എങ്കിലും എനിക്കും വേണം നിന്റെ സ്നേഹം.

നിന്റെ വശ്യ സൗന്ദര്യം! എത്ര രമണീയമാണെന്നോ. ഹോ... ഓർക്കുമ്പോൾ തന്നെ കുളിരു കോരുന്നു. നിന്റെ വിശാലമായ ശരീരത്തിലെ ഓരോ അംഗങ്ങളോടും എനിക്കു പ്രണയമാണ്.

നിന്റെ ഹരിത ഭംഗി..

പച്ചപ്പുനിറഞ്ഞ മരങ്ങൾ..

കിളികൾ..

പുഴകൾ..

അങ്ങനെ എന്തിനോടും..

നിന്റെ നഗ്നമായ ശരീരം മറഞ്ഞു നിൽക്കുന്ന മണ്ണ്- ജലത്തെയും, വായുവിനെയും പ്രണയിക്കുന്നു.

കാറ്റു സുഗന്ധത്തേ പ്രണയിക്കുന്നു.

പൂമ്പാറ്റകൾ പൂവിനെ പ്രണയിക്കുന്നു.

തിരമാലകൾ തീരങ്ങളെ പ്രണയിക്കുന്നു. ആകാശം ഭൂമിയെ പ്രണയിക്കുന്നു..

രാവിനു നിലാവിനോടും പ്രണയം.

എന്നാൽ ഞാൻ നിന്നെ ഒട്ടാകെയും പ്രണയിക്കുന്നു. നിന്റെ ശരീരത്തിലെ മണ്ണിൽ പുതുമഴ പെയ്യുമ്പോൾ ഉള്ള ഗന്ധം. നിന്നിൽ വസന്തകാലവും, വർഷവും, വേനലും മാറി മാറി വരുമ്പോൾ നിശബ്ദമായി കണ്ടു കൊണ്ട് ഉള്ളിൽ സന്തോഷിക്കുകയാണ് ഞാൻ ചെയ്യാറ്. ചിലപ്പോൾ എന്റെ മണ്ടത്തരമായി നീ

കരുതിയെക്കാം. എങ്കിലുമെന്റെ പ്രണയിനീ. അത്രമേൽ ഇഷ്ട മാണ്, എനിക്കു നിന്നെ..

പ്രണയം എന്ന വികാരം ഒരിക്കലെങ്കിലും അനുഭവിച്ചറിയാ ത്ത ഒരു സൃഷ്ടിയും നിന്റെ കീഴിൽ ഇല്ലല്ലോ.

പച്ച വിരിച്ചു നിൽക്കുന്ന മരങ്ങൾ.

സുഗന്ധം പരത്തുന്ന പുഷ്പങ്ങൾ.

അലയടിച്ചെത്തുന്ന കുളിർകാറ്റിന്റെ നിശ്വാസങ്ങൾ..

കാട്ടു ചോലകൾ-

കിളി നാദങ്ങൾ-

ഇങ്ങനെ പലതിലും നിന്റെ സാമീപ്യം ഞാൻ അറിയുന്നു, അനുഭവിക്കുന്നു.

ഇടയ്ക്ക് നീ ഞങ്ങളെ വിഷാദപ്പെരുമഴയിൽ ആഴ്ത്തിയി ല്ലേ? പ്രളയമായി നിന്റെ ക്രൂരത ആഞ്ഞടിച്ചു. ഒപ്പമുണ്ടായിരുന്ന പലതും മണ്ണോടു ചേർന്നു. അവിടെയും നീ ജയിച്ചു. കാരണം ആ മണ്ണും നിന്റെ ദാനമാണെല്ലോ.

എല്ലാം കഴിഞ്ഞ്, നിന്റെ ഒടുക്കത്തെ ചേർത്തു പിടിക്കൽ. എല്ലാ പ്രതിസന്ധിയും കെട്ടടക്കി വീണ്ടും നീ പഴയ പടിയായിതീ രുന്നു. എല്ലാം നിന്റെയൊരു ലീലകൾ. നിനക്ക് ഇഷ്ടപ്പെടാത്ത, നിന്നെ ശ്വാസം മുട്ടിക്കുന്ന പ്ലാസ്റ്റിക് മാലിന്യങ്ങൾ നിന്റെ ശരീര ത്തിലേക്കു വലിച്ചെറിയുന്നതുകൊണ്ടുള്ള പക പോക്കലാണോ ഇതൊക്കെ.?

പെട്ടെന്നൊരിക്കൽ യാത്രയാകേണ്ടി വന്നാലും, ആർക്കും പരിഭവം വേണ്ടെന്നു കരുതിയാണോ ഈ ലീലാവിലാസങ്ങ ളൊക്കെയും...? കാരണം, ഞങ്ങൾ, മനുഷ്യർ, നിന്നെ അനുദി നം കൊന്നൊടുക്കുകയാണല്ലോ, സ്വാർത്ഥതയ്ക്കു വേണ്ടി.

കാറ്റിന്റെ ദിശയ്ക്കനുസരിച്ചു മരങ്ങൾ നിന്നെ ചുംബിക്കു മ്പോൾ നിന്റെ ശരീരത്തിൽ പച്ചിലകളും, പൂക്കളും നാണത്താൽ തല കുമ്പിട്ടിരിക്കുന്നതു ഞാനും കണ്ടിരുന്നു. അങ്ങനെ വികാര നിർഭരമായ ഓരോ ചുംബനത്തിനും മൂക സാക്ഷിയായി കടലും, കായലും..

നനുത്ത കാറ്റിന്റെ തലോടലേറ്റു പാടങ്ങൾ നൃത്തം ചെയ്യു ന്നതും, ഒരിക്കലും കൂട്ടി മുട്ടാത്ത- സമാന്തര രേഖകൾ പോലെ- സ്വാർത്ഥത അനന്തതയിലേക്ക് നീളുന്നതും ഞാനറിയുന്നു. നീ യെന്ന പ്രകൃതിയോട് പ്രണയമറ്റെന്നാൽ ജഡമാകുന്നതിന് തു ല്യമാണ്..

ജീവചൈതന്യമാണ് പ്രണയം. ആ പ്രണയം എനിക്കു പ്രകൃതിയോടു മാത്രമാണ്..

അതെ. പ്രകൃതിയെ ഞാൻ അഗാധമായി പ്രണയിക്കുന്നു. എന്റെ ഓർമ്മകൾ, സ്വപ്നങ്ങൾ, ചിന്തകൾ.. പ്രകൃതീ, നിന്റെ ഓർമ്മകൾ എന്നെ തഴുകുന്നത് ഞാൻ അറിയുന്നു. എന്റെ സാന്നിധ്യം നിനക്ക് അനുഭവപ്പെടുന്നുവോ...?

എങ്കിൽ നമുക്കു പ്രണയിക്കാം. ഈ പ്രണയ ദിനത്തിൽത്തന്നെ..

പ്രതീക്ഷ

പുറത്തു നല്ല മഴക്കോളുകാണുന്നുണ്ട്. കാർമേഘം ഇരുണ്ടിരിക്കുന്നു. അയാളുടെ നീറുന്ന ഓർമയുടെ മുറിവുകളിലേക്ക് മഴ മെല്ലെ പെയ്തിറങ്ങി.

പണി പാതിതീർന്ന വീട്. രോഗ ബാധിതയായ ഭാര്യ ലില്ലി. രണ്ടു കുട്ടികൾ. മൂത്തയാൾ പഠനം കഴിഞ്ഞു, ജോലിക്ക് വേണ്ടി കാത്തിരിക്കുന്നു.

മഴ..

തോരാതെ പെയ്യുന്ന മഴയും നോക്കി അയാൾ ഉമ്മറത്തിരിക്കുകയാണ്. ചിന്തകൾ അയാളിൽ അലയടിക്കുന്നു. പെയ്തുതീരത്ത മഴക്കു കൂട്ടെന്ന പോലെ ജീവിത പ്രാരബ്ദങ്ങൾ അയാളെ പിന്തുടർന്ന് കൊണ്ടേയിരുന്നു.

ലോൺ..

മരുന്ന്..

ആഹാരം..!

മുറ്റത്തൊരു നാലുമണിച്ചെടിയുണ്ട്. ഇടയ്ക്ക് എപ്പോഴോ അയാളുടെ കണ്ണുകൾ അതിലേക്കെത്തി. കൊഴിഞ്ഞുവീഴുന്ന ഇലകൾ. പിന്നെയും തളിർക്കുന്നു. പൂക്കൾ വാടുന്നു. പിന്നെയും പ്രതീക്ഷയുടെ പൂ മൊട്ടുകൾ വിടരുന്നു..

പാവം ഭാര്യ, ലില്ലി. ഇല്ലായ്മക്കിടയിലും അവൾ എത്ര നന്നായി കുടുംബം നോക്കിയിരുന്നു. ഇപ്പൊ കാൻസർ അവളെ കിടപ്പിലാക്കിയിരിക്കുന്നു.

ചിതലരിച്ചു കിടക്കുന്ന സ്വപ്നങ്ങൾ അയാളിൽ മിന്നി മറയുകയാണ്.

കഴിഞ്ഞയാഴ്ച അരവിന്ദട്ടന്റെ

ചായക്കടയിൽ ഇരിക്കുമ്പോൾ കൂട്ടത്തി,ലിരുന്ന ഒരാളുടെ പരിഹാസങ്ങളും തിരസ്കാരങ്ങളും. ജീവിതം പച്ച പിടിച്ചിരുന്നപ്പോൾ ഉണ്ടായിരുന്ന പലരും ഇന്ന് അയാൾക്കൊപ്പമില്ല.

പ്രാരബ്ദം കുന്നു കൂടിയ അയാളെ സഹായിക്കേണ്ടി വന്നാലോ?

ഒപ്പമുണ്ടായിരുന്ന പലരും ഇളം പുല്ലുള്ള പുതിയ മേച്ചിൽപ്പുറം തേടിപ്പോയിരിക്കുന്നു. അതോർത്തപ്പോൾ തനിച്ചായതു പോലെ തോന്നി അയാൾക്ക്. കൂട്ടത്തിൽ അരവിന്ദേട്ടന്റെ ഒരു ചോദ്യവും:

'വീടുപണിയെന്തായി ജോർജ്ജുകുട്ടീ..'

അയാളുടെ ഹൃദയം സങ്കടം കൊണ്ട് നുറുങ്ങിപൊട്ടുകയായിരുന്നു.

നാലുമണിച്ചെടിയുടെ അവസാനത്തെ ഇലയും വാടിതുടങ്ങി. ലില്ലിയുടെ രോഗവും ലേശം അധികമായി. ചികിത്സകൾ തുടരുന്നുണ്ട്. പക്ഷേ, ആരും സഹായത്തിനുമില്ലാത്ത അവസ്ഥ. അയാൾ ഇരുണ്ട മനോവിചാരത്തോടെ ദിവസങ്ങളും മാസങ്ങളും എണ്ണി നീക്കിക്കൊണ്ടേയിരുന്നു.

'ചേട്ടന്റെ പ്രതീക്ഷകളെല്ലാം ഒരുനാൾ സഫലമയിക്കിട്ടും. മനസ്സ് തളരരുത്'

ഭാര്യ ലില്ലി അയാളെ അങ്ങനെ സമാധാനിപ്പിക്കുന്നുണ്ട്, ഇടയ്ക്കിടെ.

രാത്രിയായി.

കിടന്നു.

പക്ഷേ, ഉറക്കം വരുന്നില്ല.

കോഴി കൂവിത്തുടങ്ങി. അപ്പോഴേക്കും അയാളുടെ ബോധ മനസ്സ് മുഴുവൻ ചിന്തകളുടെ മാറാലകൾ കൊണ്ട് മൂടപ്പെട്ടിരുന്നു. പണത്തിനു വേണ്ടിയുള്ള നെട്ടോട്ടം. വല്ലപ്പോഴും കിട്ടുന്ന ചെറിയ കൂലിപ്പണി.

കുറെയധികം മാറാലകൾ അയാൾ തുടച്ചു നീക്കി. ലേശം കളർ ഫുൾ മെമ്മറി അയാളിൽ സേവ് ചെയ്തു. പക്ഷേ, അയാളുടെ മെമ്മറി ഹാങ്ങ് ആയെന്നു തോന്നുന്നു. എഡിറ്റിംഗ് നടക്കുന്നില്ല. ഇനിയെന്തു ചെയ്യും. അയാൾക്ക് ഒരെത്തും പിടിയും കിട്ടുന്നില്ല.

നാലുമണിച്ചെടിയുടെ തളർച്ച കുറഞ്ഞു തുടങ്ങി. പച്ചപ്പിന്റെപൊടിപ്പ് ചെടിയിൽ തെളിഞ്ഞു കാണുന്നുണ്ട്. തളിർത്തു വരുന്ന ഇലകളും അയാളുടെ ശ്രദ്ധയിൽപ്പെട്ടു. പ്രതീക്ഷയുടെ തിരി വെളിച്ചം അയാളിൽ മിന്നിമറയുന്നു.

അറിവുകൾ മെമ്മറിയിൽ ഇൻവെസ്റ്റ് ചെയ്യാൻ ഉത്സാഹം കാട്ടിയ മൂത്ത മകന് സർക്കാർ ജോലി കിട്ടിയിരിക്കുന്നു. ഒരു ജോലി സ്വപ്നം കണ്ടാലും, ആഗ്രഹിച്ചാലും പോരാ. അത് പ്രാവർത്തികമാകാനും അലസത വെടിഞ്ഞു പ്രവർത്തിച്ചിരുന്നു അവൻ.

ഇപ്പോൾ നാലുമണിച്ചെടിയിൽ പൂക്കൾ വിരിയാൻ തുടങ്ങി. അതുപോലെ അയാളുടെ ജീവിതത്തിലും വെട്ടം കണ്ടു തുടങ്ങി. ലില്ലിയുടെ ചികിത്സയും തുടരുന്നു.

പ്രതീക്ഷയോടെ..

എന്റെ ഒരനുഭവ കഥ

എല്ലാകാര്യങ്ങളും എല്ലാവരോടും തുറന്നുപറയരുത്. എന്നാൽ പറയേണ്ടത് പറയുകയും വേണം. ഇന്നത്തെ മിത്രം നാളത്തെ ശത്രുവായിമാറിയേക്കാം.

ഇതാണ് എന്റെ അനുഭവത്തിൽ നിന്നും ഞാൻ പഠിച്ച പാഠം.

ചിലർ അങ്ങനെയാണ്. ആ ചിലരാണ് എന്റെ ഉറക്കം കെടുത്തിയതും. എന്റെ മനസ്സിൽ എന്തു കാര്യവും, അത് നല്ലതോ ചീത്തയോ, പറഞ്ഞാൽ മോശമോ ഹാനിയോ വരുമോ എന്നൊന്നും ഞാൻ ചിന്തിക്കാറില്ല. ഒന്നും മറച്ചു വെക്കാൻ സാധിക്കാറില്ല എന്നതാണു സത്യം. അപ്രിയ സത്യങ്ങളാണെങ്കിലും, ഞാൻ കണ്ടതും കേട്ടതും അത്രമേൽ അടുപ്പമെന്നു കരുതുന്ന മറ്റു ചിലരോട് ഒരു മായവും കലർത്താതെ അതേപടി അവതരിപ്പിക്കും. പക്ഷേ, മൂന്നാമനിലേക്ക് അവർ ആ കാര്യങ്ങൾ എത്തിക്കുമ്പോൾ കുറച്ചധികം മാറ്റങ്ങൾ വന്നിരിക്കും. അവരുടെ ഭാഷയിൽ പറയുന്നതും കഥകൾ ഭാവനയിൽ മെനഞ്ഞതും ഉൾപ്പെടുത്തി അവർ പറയുമ്പോൾ, ഞാൻ മനസ്സിൽ ഒന്നും തന്നെ ഒളിച്ചു വെക്കാതെ പറഞ്ഞതിനെ വെറും പരദൂഷണമക്കി മാറ്റി അവതരിപ്പിന്നു. എന്റെ ആത്മമിത്രമായിരിക്കുമ്പോൾ പറഞ്ഞതായിരിക്കും ശത്രുവായ സമയത്ത് വളച്ചൊടിച്ച് ഇങ്ങനെ അവതരിപ്പിക്കുന്നത്.

സത്യത്തിൽ കാര്യങ്ങൾ പൊതിഞ്ഞുവെച്ചവതരിപ്പിക്കാനും പുതുതായി അതിൽ എഡിറ്റിംഗിലൂടെ മായം കലർത്തിയവതരിപ്പിക്കാനും സ്വതവേ അറിയാത്തതിനാൽത്തന്നെ, വള്ളിപ്പുള്ളി വിടാതെയുള്ള എന്റെ തുറന്ന സംസാരം എനിക്ക് തന്നെ പാരയായിട്ടുണ്ട്. പലതവണ അതിന്റെപേരിൽ പുകിലുകളും ഉണ്ടായിയിട്ടുണ്ട്. ഇത്തരം ദുരനുഭവങ്ങളുടെ വെളിച്ചത്തിൽ, പിന്നീട്,ആരോടും മനസ്സു തുറന്ന് ഒന്നും പറയരുതെന്ന് വിചാരിക്കും.

പക്ഷേ, എനിക്ക് അങ്ങനെ പെരുമാറാൻ ആകുമായിരുന്നില്ല.

സ്കൂളിലാണെങ്കിലും ജോലിസ്ഥലത്താണെങ്കിലും ഇതു തന്നെയാവർത്തിച്ചു. എല്ലാവരും നല്ലവരാണെന്ന എന്റെ ചിന്ത തെറ്റായിരുന്നു. മിന്നുന്നതെല്ലാം പൊന്നായിരുന്നില്ല. മറ്റുള്ളവരുടെ രഹസ്യങ്ങൾ അറിയാനായിരിക്കണം പലരും എന്നോട് അടുക്കുന്നതു തന്നെ. കപടതയുടെ മുഖംമൂടി ഞാൻ തിരിച്ചറിഞ്ഞതേയില്ല. അങ്ങനെ കാപട്യം കലർത്തിയടുത്ത ചില സൗഹൃദങ്ങൾ എന്നെ വല്ലാണ്ട് മുറിവേൽപ്പിച്ചിട്ടുണ്ട്. എന്റെ മനസ്സിന്റെ ചാഞ്ചല്യം കാരണമാകാം വല്ലാണ്ട് സങ്കടവും ആസമയം എനിക്ക് വരാറുണ്ട്. പുറമേ ചിരിച്ചാലും ഉള്ളു കൊണ്ട് കരയുന്ന അവസ്ഥ. ഇരുട്ടിന്റെ മറവിൽ ആരും കാണാതെയുള്ള വിങ്ങൽ. അങ്ങനെ കുറച്ച് ദിവസങ്ങൾ ആ അവസ്ഥ തുടരും.

പക്ഷേ, കാലം മാറി കോലവും മാറി.

സത്യങ്ങളാണെങ്കിലും അപ്രിയ സത്യങ്ങൾ ആണെങ്കിലും ഞാൻ മനസ്സിൽ തന്നെ കൊണ്ടു നടക്കാൻ പഠിച്ചു. ആരോടു സംസാരിക്കുമ്പോഴും മിതമായ സംസാരം മാത്രം. ചോദിച്ചതിന് മാത്രം മറുപടി. അതും പലതവണ മനസ്സിൽ ഉരുവിട്ടതിനുശേഷം മാത്രം. പറയേണ്ടത് മാത്രം പറയും. സത്യങ്ങൾ ആണെങ്കിലും ഒരു അതിരുവിട്ട് പറയാറില്ല. ഇന്നിപ്പോൾ ഞാൻ സന്തോഷവതിയാണ്. എന്തും മനസ്സിൽത്തന്നെ കൊണ്ടുനടക്കുന്നതു കൊണ്ട് ശത്രുക്കളും ഇല്ല. എല്ലാവർക്കും കൂടുതൽ പ്രിയപ്പെട്ടവളുമായി ഞാൻ മാറിയിരിക്കുന്നു.

പണ്ട് മഹാബലി ഭരിച്ച കേരളം അല്ല ഇന്ന്. ലേശം കള്ളവും കുബുദ്ധിയും ഒക്കെ ഉണ്ടെങ്കിലേ നമുക്കും ഈ ലോകത്ത് പിടിച്ചുനിൽക്കാനാകൂ എന്നതാണു സ്ഥിതി.

പക്ഷേ, സത്യത്തിൽ ആദ്യം ഉണ്ടായിരുന്ന എന്നെയായിരുന്നു എനിക്കിഷ്ടം. സത്യസന്ധത മാത്രം കൈമുതലുണ്ടായിരുന്ന എന്നെ!

പക്ഷേ... ഇവിടെ എനിക്കും ജീവിക്കണം. അപ്പോൾ, ഇങ്ങനെയൊക്കെ മാറിയാലേ പറ്റൂ.

അതെ, ഞാനിപ്പോൾ നല്ല സന്തോഷത്തിലാണ്. അതുകൊണ്ടുതന്നെ എല്ലാ വിഷമഘട്ടങ്ങളും മറികടന്ന് ഞാൻ ഈ തണലിൽ എത്തി.

കൊറോണ വൈറസ്

വിദേശത്തു നിന്നും സ്വദേശമായ കേരളത്തിൽ എത്തിയ അയാൾ അറിഞ്ഞിരുന്നില്ല, അയാളുടെ ശരീരത്തിൽ പുതിയൊ രതിഥി കടന്നു കൂടിയിട്ടുണ്ടെന്ന കാര്യം. പതിവിലും കൂടുതൽ ക്ഷീണവും ന്യൂമോണിയ ലക്ഷണങ്ങളും അയാളിൽ കണ്ടു തു ടങ്ങിയിരുന്നു. എന്നിട്ടും അയാൾ ആ അതിഥിയെ സംശയിച്ചി ല്ല. ആ സമയം കൊലവെറിയോടെ അയാളുടെ അതിഥി ഉള്ളിൽ കിടന്നട്ടഹസിക്കുകയായിരുന്നു.

അതെ, അയാളുടെയുള്ളിൽ കയറിക്കൂടിയ ആ അതിഥി തന്നെയാണ് 'വൈറസ് കൊറോണ' എന്ന് വിളിപ്പേരുള്ള ഈ ഞാൻ.

ഒരു കോശത്തിനുള്ളിൽ അല്ലാതെ വളരാനോ പെറ്റു പെ രുകാനോ കഴിവില്ലാത്ത ജീവകണമായ ഞാൻ അയാളുടെ ഉള്ളിൽ കിടന്നു വിഹരിക്കുകയായിരുന്നു. അങ്ങനെ ഒരുപാ ടുപേരിലൂടെ ആഗോള മാരിയായ് ഞാൻ. എനിക്കറിയാം, ഒരു ജീവകോശത്തിനു പുറത്ത് ഞാൻവെറും വട്ടപൂജ്യമാണെന്ന നഗ്നസത്യം. പുതിയ ജീവകോശം തേടി ഞാൻ വീണ്ടും, വീണ്ടും അലഞ്ഞു. ലോകം തകർക്കാൻ ശക്തിയുള്ള അണുബോംബു പോലെ..

സൂക്ഷ്മ ജീവിയായ ബാക്ടീരിയയെകാൾ ചെറുതായ എന്നെ ആരു കാണാൻ..?

എന്നെയും വഹിച്ചുള്ള ഓരോരുത്തരുടെയും യാത്രകൾ ബഹു കേമം. എനിക്ക് വ്യാപകമായി അഴിഞ്ഞാടാൻ സൗകര്യപ്ര ദം. ഞാൻ കയറിയിറങ്ങാത്ത പൊതുസ്ഥലങ്ങളുടെ എണ്ണം കു റഞ്ഞു. സമൂഹത്തിൽ ആകെവ്യാപിച്ചു. ഞാൻ പക്കാ ഹാപ്പി..! എന്റെ തലോടൽ അറിഞ്ഞവരാകട്ടെ ഐസോലേഷനിലും.

ആഗോള മാരിയായ എന്നെ നിർജീവമാക്കാൻ ഇവിടെ യുള്ളവർക്കാകുമായിരുന്നില്ലേ.? കാരണം, ഞാനെന്ന മാരക

വൈറസ് കേരളത്തിൽ എത്തുന്നതിനു മുൻപേ ഒട്ടനവധി രാജ്യങ്ങളിൽ ജനതയുടെ ജീവനെടുത്ത കാര്യം അറിയുമായിരിക്കുമല്ലോ..

സാക്ഷര കേരളീയർ ആണ് പോലും!

ഇതാണോ കേരളീയരുടെ സാച്ചരത... ഞാൻ എന്ന വൈറസിന്റെ ചിന്തയിൽ നൂറായിരം ചോദ്യശരങ്ങൾ അലയടിച്ചു വരുന്നു.

ഞാൻ അലയുകയാണ്. ഒപ്പം, എന്നെ ഇല്ലായ്മ ചെയ്തു പടിയടച്ചു പിണ്ഡം വെയ്ക്കാൻ സർക്കാരുകളും.

മുഴുവൻ സമയം എനിക്കെതിരെയുള്ള ജാഗ്രതാനിർദ്ദേശങ്ങൾ. ക്ളീനിംഗ്, സാനിറ്ററൈസേഷൻ, മാസ്ക് പ്രയോഗം. ഐസോലെഷൻ കിടക്കകൾ എന്നുവേണ്ട..

എല്ലാം ഞാൻ അറിയുന്നു. ഞാൻ കോശത്തിനകത്തു കയറിയാൽ പിന്നീട്, കോശത്തിന്റെ പൂർണ നിയന്ത്രണം ഏറ്റ് എടുക്കുകയാണു പതിവ്. ഇത്തവണ എന്നെയും വഹിച്ചുള്ള യാത്ര ഒരു സ്ത്രീ ആയിരുന്നു. ഞാൻ ഹാപ്പി. ആ സ്ത്രീയുടെ ജീവകോശത്തിനു അകത്തു വെച്ച് എന്റെ നൂക്ലിക് ആസിഡ് പെരുകുകയും ഇവയ്ക്ക് ചുറ്റും പ്രത്യേക ആവരണം നിർമ്മിക്കുകയും ചെയ്തു. എന്നിട്ട് ഞാൻ ആ ജീവകോശത്തിന്റെ കോശദ്രവ്യം പ്രയോജനപ്പെടുത്തി. ജീവ കോശങ്ങളെ പൊട്ടിച്ചു പുറത്തു ചാടുന്ന ഞാൻ അടുത്തുള്ള കോശങ്ങളെ അക്രമിക്കുന്നു.

അങ്ങനെ, പെരുകിപ്പെരുകി..

ഇതാ ലോകത്തെയാകെ ഈ അവസ്ഥയിലേക്ക് എത്തിച്ചു. എങ്ങും അടിയന്തിരാവസ്ഥ..

ഹ... ഹ... ഹ....

എല്ലാം നിലച്ചു. റോഡുകൾ ശൂന്യം. ആൾക്കാർ പുറത്തു നടക്കാൻ ഭയന്നു.. ജനസംഖ്യ കുറഞ്ഞു.

ഞാൻ എന്ന കൊറോണ വൈറസിനെ ഉന്മൂലനം ചെയ്യാൻ ഒരുങ്ങുന്നതും ഞാൻ അറിയുന്നു..

ആഗോളമാരിപോൽ ഞാൻ പടർത്തും വിപത്തുകൾ ലോകരെ പടുകുഴിയിൽ ആഴ്ത്തിയോ.?

അടിയന്തിരാവസ്ഥ പോൽ ലോകം മാറുമ്പോളും കണ്ണീർ മഴയായ് പെയ്തിറങ്ങുമ്പോളും

ഞാനറിയുന്നു...

ഇന്നാണ് എന്റെ പതനത്തിന്റെ ആ ദിനമെന്ന്. ഈ രാജ്യ

ത്തിന്റെ പ്രധാനമന്ത്രി എന്നെ വേരോടെ പിഴുതുമാറ്റുവാൻ തീരുമാനം എടുത്ത ആ ദിനം!

ജനത കർഫ്യൂ എന്ന ജനകീയ കർഫ്യൂ..

മാർച്ച് 22 സൺഡേ..

നമ്മുടെ പ്രധാനമന്ത്രി അവതരിപ്പിച്ചു..

നമ്മുടെ മുഖ്യ മന്ത്രി അതേറ്റു പറഞ്ഞു.

ഇനി നമുക്ക് ഒറ്റക്കെട്ടായി പൊരുതാം

ഈ കൊറോണ എന്ന മഹാ വിപത്തിനെതിരെ. പൂർണ്ണമായി ഉന്മൂലനം ചെയ്തു കൊണ്ട്. നാളെയുടെ നല്ല ഭാവിക്കായി. കൈകോർക്കാം.

നാം ഓരോ ഇന്ത്യൻ പൗരനും...

RIP Corona..

Break the chain..

കൊറോണയ്ക്ക് ആദരാഞ്ജലികൾ!

നോവ്

അഗതിമന്ദിരത്തിന്റെ വരാന്തകളിലൂടെ ചില വൈകുന്നേരങ്ങളിൽ ഞാൻ നടക്കുക പതിവാണ്.

വീടിന്റെ തൊട്ടടുത്തായതുകൊണ്ടാവാം, എന്തോ, വെറുതെയിരിക്കുമ്പോൾ മനസ്സ് വല്ലാതെ വിങ്ങാൻ തുടങ്ങും. അവിടെ വരെ ഒന്ന് ചെല്ലാനും അവിടുത്തെ അന്തേവാസികളെയൊ ക്കെ കാണാനും പിന്നെ എനിക്കു പറ്റുന്ന സഹായങ്ങൾ ചെയ്തുകൊടുക്കാനും മനസുപറയും.

ഞാൻ ചിന്തിക്കാറുണ്ട്. എത്ര നല്ല നിഷ്കളങ്കരാണ് അവരോരോരുത്തരും. ആവതുള്ള കാലത്ത് എത്ര നന്നായി കുടുംബത്തോടൊപ്പം കഴിഞ്ഞവരാകാം അവരിൽ പലരും. ഇപ്പോൾ ഉറ്റവരോ, ഉടയവരോ, മക്കളോ ആരും തന്നെ തിരിഞ്ഞു നോക്കാൻ പോലുമില്ലാതെ ഇവിടെ നാലുചുമരുകൾക്കുള്ളിൽ ജീവിതം ജീവിച്ചു തീർക്കുന്നു.

പലവിധ ചിന്തകൾ മിന്നായം പോലെ എന്നിൽ വിരുന്നെത്താൻ തുടങ്ങിയിരിക്കുന്നു. ഒരു റൂമിൽത്തന്നെ കുറേ കട്ടിലുകൾ. അതിൽ ചിലർ അവിടെത്തന്നെ മലമൂത്ര വിസർജനം നടത്തുന്നു. ചിലരാകട്ടെ ആരെയോ പ്രതീക്ഷിച്ചങ്ങനെ ഒറ്റ ഇരിപ്പാണ്. അവരിലും കാണില്ലേ കുടുംബവുമായി സന്തോഷത്തോടെ കഴിഞ്ഞ കുറെയോർമ്മകൾ?

ഓർമ്മകൾ തികട്ടി വന്നപ്പോഴായിരിക്കും ചിലർ മൗനത്തെ കൂട്ടുപിടിച്ചത്.

ഒരുനേരത്തെ ഭക്ഷണം കഴിച്ചില്ലെങ്കിലും അവരും മക്കളെ ഊട്ടി ഉറക്കിയിട്ടുമുണ്ടാവില്ലേ? എന്തേയിവിടെ എനിക്ക് ഈ ഒറ്റപ്പെട്ട അവസ്ഥയിൽ ഇവരെ കാണേണ്ടി വരുന്നു?

ചിന്തകൾ മനസ്സിന്റെ നിയന്ത്രണം ഏറ്റെടുക്കുന്നത് പോലെ എനിക്ക് തോന്നി. ആ ഹാളിന്റെ ഒരു വശത്തായി അല്പം മാറിയിരുന്ന് എന്തൊക്കെയോ ചിന്തിച്ചു കൂട്ടുന്ന അറുപതുകാരന്റെ

അടുത്തേക്ക് എന്റെ കണ്ണുകൾ നീണ്ടു. എന്തൊക്കെയോ പിറുപിറുക്കുന്നുണ്ട് അയാൾ. ഇടയ്ക്കിടയ്ക്ക് ആരുടെയൊക്കെയോ പേരും പറയുന്നുണ്ട്. ചിലപ്പോൾ ഭാര്യയുടെ പേരാവാം. ചിലപ്പോൾ മക്കളുടെ പേര്. ഒറ്റപ്പെടലിന്റെ വേദന അയാളിൽ കിടന്നു വിങ്ങാൻ തുടങ്ങിയിട്ടുണ്ട്.

കൂട്ടത്തിൽ ഒരു മനുഷ്യൻ തന്റെ സഹോദരങ്ങളെ കുറിച്ചൊക്കെ വാചാലനായി. കണ്ണുകൾ ഈറനണിഞ്ഞു. ഇങ്ങനെ ഇവിടെ എത്തിച്ചവർ അന്വേഷിക്കുകയോ ഓർക്കുന്നതോ പോലും ഉണ്ടാവില്ല. എന്നിട്ടും ഇവർ കുടുംബത്തെ ഓർത്ത് മൗനികളായി കഴിയുന്നു.

കിടപ്പുരോഗികൾ, ബുദ്ധിമാന്ദ്യം സംഭവിച്ചവർ, ബന്ധുക്കൾ കൈവിട്ടവർ അങ്ങനെ പലരും നിൽക്കുന്ന ഇവിടം വന്നു കണ്ടപ്പോൾ എന്തെന്നില്ലാത്ത സങ്കടം എന്നിൽ തളംകെട്ടിത്തുടങ്ങി. നാളെ നമ്മുടെയവസ്ഥയും എന്തെന്ന് അറിയാൻ കഴിയില്ലല്ലോ.

ഇങ്ങനെ ഓരോരോ ആലോചനകൾ എന്നെ വരിഞ്ഞുമുറുക്കുമ്പോളാണ് ഗേറ്റിനപ്പുറം ഒരു ടൊയോട്ട കാർ നിർത്തിയത് ശ്രദ്ധയിൽപ്പെട്ടത്. ആ വണ്ടിയിൽ നിന്നും ഒരു യുവാവും ഏതാണ്ട് മുപ്പതുവയസുതോന്നുന്ന യുവതിയും ഒരാൺകുട്ടിയും ഒരു അഞ്ചുവയസ്സുകാരി പെൺകുട്ടിയും ഇറങ്ങി നടക്കുന്നു. പൊടുന്നനെ അവരുടെ പിന്നാലെവരുന്ന ആളിലേക്ക് എന്റെ കണ്ണു പതിഞ്ഞു. ഒരു പ്രായം ചെന്ന ഒരു മനുഷ്യൻ.

അവർക്കെന്താ ഇവിടെ കാര്യം എന്നാലോചിച്ചു നിൽക്കുമ്പോൾ അവർ നേരെ അഗതിമന്ദിരം നടത്തിപ്പുകാരന്റെ അടുത്തേക്ക് ചെന്നു. എന്തൊക്കെയോ കാര്യങ്ങൾ സംസാരിക്കാൻ തുടങ്ങുന്നു. ഞാൻ ഒന്നും അറിയാത്തതുപോലെ അവർക്ക് കുറച്ചു മാറി നിലയുറപ്പിച്ചു. അഗതിമന്ദിരത്തിലെ എല്ലാവർക്കും എന്നെ സുപരിചിതമാണെങ്കിലും, പുറത്തുനിന്ന് വരുന്നവർക്ക് ഒന്നുമറിയില്ലല്ലോ. അവർ തമ്മിലുള്ള സംസാരം നീണ്ടു.

ഒരു കാര്യം ഉറപ്പായി. ആ പ്രായമുള്ള മനുഷ്യൻ അയാളുടെ അച്ഛനാണ്. സംസാരം കുറച്ചുകൂടി വ്യക്തമായി ഞാൻ കേട്ടു. അച്ഛനെ ഇവിടെ ഏൽപ്പിക്കാൻ വന്നതാണ്. അയാൾക്കും ഭാര്യക്കും ജോലിക്കിടയിൽ അച്ഛനെ നോക്കാൻ പറ്റില്ല പോലും.! അവരുടെ കുട്ടികളെ നോക്കാൻ മാത്രമേ സമയമുള്ളൂവത്രേ! അതിനിടയിൽ അച്ഛൻ ഒരു ഭാരമായി അവർക്ക് തോന്നി എന്നതാണ് സത്യം.

പാവം അച്ഛൻ.

ചുറ്റുപാടുകൾ മോശമായ പഴയ അവസ്ഥയിലും അയാൾ അവരെ ഒരു ബുദ്ധിമുട്ടും ഇല്ലാതെ ആയിരിക്കും വളർത്തിയതും ഈ നിലയിൽ വലിയവനാക്കിയെടുത്തതും. ഇപ്പോ ഇതുപോലെ ഇടുങ്ങിയ മനസ്സാണ് പലർക്കും. പ്രായമായവരെ ഒരു ഭാരമായി കാണുന്ന മനസ്ഥിതി. സംസാരത്തിനിടയിൽ അയാൾ ഒന്നുകൂടി പറയുന്നത് ഞാൻ കേട്ടു. എത്ര പണം വേണേലും അവർക്ക് കൊടുക്കാൻ ബുദ്ധിമുട്ടില്ല പോലും. പക്ഷേ, അച്ഛനെ സംരക്ഷിക്കാൻ അവർക്ക് പറ്റില്ല.

കാലം പോയ പോക്കിനെ കുറിച്ച് ഞാൻ ഒരു നിമിഷം ചിന്തിച്ചു.

പക്ഷേ നടത്തിപ്പുകാരൻ പറയുന്നുമുണ്ട്, തീർത്തും അനാഥരായ ആൾക്കാരെ മാത്രമേ അവിടെ പരിചരിക്കുന്നുള്ളൂവെന്ന്. ആ പാവം മനുഷ്യൻ അനാഥനല്ലല്ലോ. അയാൾക്ക് കൊച്ചുമക്കളും മക്കളും മരുമക്കളും ഉണ്ടല്ലോ.

എന്നിട്ടും?

മകൻ ആകുന്ന വിധം നടത്തിപ്പുകാരന്റെ കാലുപിടിക്കുന്നു. ഭാര്യയും അയാൾക്കൊപ്പം കൂടി സംസാരിക്കുന്നുണ്ട്. പാവം മനുഷ്യൻ. എല്ലാം കേട്ടിട്ടും ഒന്നും കേൾക്കാത്ത പോലെ മാറി നിന്ന് എവിടെക്കോ നോക്കി ഇരിപ്പാണ്. ആ അച്ഛന്റെ കണ്ണ് നിറയുന്നതും എന്റെ ശ്രദ്ധയിൽപ്പെട്ടു. അവർ വരുന്നതിന്റെ മുമ്പ് വീട്ടിൽ ചില സംസാരങ്ങൾ നടക്കുന്നത് ഇയാളും കേട്ടിട്ടുണ്ടാവണം. അച്ഛന് ഏകദേശം കാര്യം മനസ്സിലായിക്കാണും. എന്നിട്ടും യാതൊരു പ്രതികരണവും ഇല്ലാതെ അവരുടെ കൂടെ വന്നു. ചിലപ്പോൾ ഭീഷണിപ്പെടുത്തിയിട്ടുമുണ്ടാവാം. ആ കുട്ടികൾക്കെങ്കിലും എന്തെങ്കിലും പറഞ്ഞ് രക്ഷിതാക്കളെ തിരുത്താമായിരുന്നു. മുത്തച്ഛനെ ഇവിടെ ഇറക്കി വിടാതിരിക്കാൻ പറയാമായിരുന്നു. കുഞ്ഞുങ്ങളുടെ മനസ്സും കരിങ്കല്ലായി മാറിയിരിക്കുന്നു. ഇതൊക്കെ കണ്ടും കേട്ടും വളരുന്ന ഈ കുഞ്ഞുങ്ങളും വാർദ്ധക്യ സമയത്ത് ഇതുപോലെ ഇവരെയും അനാഥാലയത്തിൽ ആക്കില്ലെന്ന് എന്തുറപ്പാണുള്ളത്?

ഈ കാഴ്ചയിൽ നിന്നും ഒരു കാര്യം ഉറപ്പാണ്. വീട്ടിലും ഇത്ര നാൾ ഇദ്ദേഹം കഴിഞ്ഞത് ഒറ്റപ്പെട്ട അവസ്ഥയിൽ തന്നെയായിരിക്കും.

നടത്തിപ്പുകാരനും അയാളും തമ്മിലുള്ള സംസാരം നീളുക

യാണ്. ഒരു കാരണവശാലും അനാഥമല്ലാത്ത ഒരാളെ ഇവിടെ കൊണ്ടു നിർത്താൻ സാധിക്കില്ല എന്ന് നടത്തിപ്പുകാരനും, എങ്ങനെയും ഒന്ന് അച്ഛനെ ഇവിടെ നിർത്തിയിട്ട് പോകണം എന്ന് കാലുപിടിച്ചുകൊണ്ട് അവരും. നടത്തിപ്പുകാരന്റെ സംസാരത്തിൽ നിന്നും ഒരു കാര്യം വ്യക്തം. അവരുടെ മൈൻഡ് മാറ്റി എങ്ങനെയും അച്ഛനോട് നല്ലതായി പെരുമാറാനുള്ള മനസ്സ് ഉണ്ടാക്കി എടുക്കണം. അങ്ങനെ ആ അച്ഛനെ അനാഥമാക്കാൻ പാടില്ല എന്ന് നടത്തിപ്പുകാരന് തോന്നിക്കാണും. ഭാവിയിൽ നിങ്ങൾക്കും ഈ അവസ്ഥ വരാമെന്നുകൂടി നടത്തിപ്പുകാരൻ ഓർമ്മിപ്പിച്ചു. ഓരോ മുറിയിലെയും കാഴ്ചകളും അദ്ദേഹം ഇവരെ കൊണ്ട് പോയി കാണിച്ചു. ഈ സമയമൊക്കെ അച്ഛൻ എന്റെ കൂടെ പുറത്തിരിക്കുകയായിരുന്നു. ഉറ്റവരോ ഉടയവരോ ഇല്ലാതെ ഒറ്റപ്പെട്ട് ഇങ്ങനെ റൂമിൽ കഴിയുന്ന അവസ്ഥ അവരുടെ മനസ്സിലും വേദന ഉളവാക്കി. കാരണം ഭാവിയിൽ ആർക്കും ഇങ്ങനെ ഉണ്ടാകാം എന്ന ചിന്ത അവരിൽ കേറിയിട്ടുണ്ട് എന്നു തന്നെ വേണം പറയാൻ. എന്തായാലും അവരുടെ മനസ്സ് അലിയാൻ തുടങ്ങി. കുറ്റബോധം അവരെയും നല്ലവണ്ണം വേട്ടയാടുന്നുണ്ട് ഇപ്പോൾ.

അവർ ഒന്നും പറയാതെ അച്ഛനെ ഒന്ന് നോക്കി. നടത്തിപ്പുകാരന്റെ കാലിൽ വീണു മാപ്പപേക്ഷിച്ചു. അച്ഛന്റെ കണ്ണുകൾ കലങ്ങിയിരിക്കുന്നത് അവർ ശ്രദ്ധിച്ചു. പിന്നെ അച്ഛനെയും കൂട്ടി വീട്ടിലേക്ക് തന്നെ മടങ്ങി. നടത്തിപ്പുകാരൻ ദീർഘമായി ഒന്നു ശ്വാസം വിട്ടു. ഒരാളുടെ മനസ്സെങ്കിലും മാറ്റിയെടുക്കാൻ കഴിഞ്ഞല്ലോ എന്ന നിർവൃതി. ഇനിയെങ്കിലും ആ അച്ഛനെ അവർ നല്ലവണ്ണം നോക്കിയാൽ മതിയായിരുന്നു.

വണ്ടി ഗേറ്റും കടന്ന് പോകാൻ നേരം ആ അച്ഛൻ കാറിന്റെ ഗ്ലാസിലൂടെ നടത്തിപ്പുകാരനെ നോക്കി.

ആ നോട്ടം നന്ദിയുടേതാവാം.

കടപ്പാടിന്റേതുമാവാം.

സഹപാഠി

കോളിങ് ബെല്ലിന്റെ ശബ്ദം കേട്ടിട്ടാണ് ഉച്ചമയക്കത്തിൽ നിന്നും സോമസുന്ദരൻ പെട്ടെന്ന് ഉണർന്നത്.

പുറത്ത് ആരോ വന്നിട്ടുണ്ട്.

ജനാലയുടെ കർട്ടൻ ലേശം മാറ്റി ചെറിയ വിടവിലൂടെ പുറത്തേക്ക് അയാൾ കണ്ണോടിച്ചു. ആരെയും കാണുന്നില്ല. അല്ലേലും അയാൾ അങ്ങനെയാണ്. പെട്ടെന്നൊന്നും പോയി വാതിൽ തുറക്കില്ല. അതിനു കാരണവുമുണ്ട്. വല്ല കടവും ചോദിച്ചെത്തുന്ന ആളുകളായിരിക്കും പതിവായി വാതിൽക്കൽ വന്നു നിൽക്കാറ്.

അന്നാട്ടിലെ നല്ലൊരു നന്മയുള്ള മനുഷ്യൻ എന്ന് പറയാൻ അയാൾ മാത്രമേയുള്ളൂ. ബിസിനസുകാരനാണ്. അത്യാവശ്യക്കാർ വന്ന് സങ്കടം പറഞ്ഞാൽ കടം ആയിട്ടാണെങ്കിലും അവരെ സഹായിക്കും. ആവശ്യമറിഞ്ഞു മാത്രം. ഈയിടെ അയാൾക്കുതന്നെ അതെല്ലാം ബുദ്ധിമുട്ടായി തോന്നുന്നുണ്ട്. വിശ്രമിക്കുന്ന സമയത്തുപോലും ഇല്ലായ്മകളും പറഞ്ഞു വരുന്ന ആൾക്കാരുടെ എണ്ണം വർദ്ധിച്ചിട്ടുണ്ട്.

വാതിൽ തുറന്നു. കോളിംഗ് ബെൽ അമർത്തിയ ആളെ ഒരു വട്ടം മാത്രമേ നോക്കിയുള്ളൂ.

പെട്ടെന്ന്, അയാളുടെ ചിന്തകൾ സ്കൂൾ ജീവിതത്തിലേക്ക് മിന്നി മറഞ്ഞു. പ്രീഡിഗ്രിക്ക് തന്നോടൊപ്പം ഒന്നിച്ചു പഠിച്ച ഹരിചന്ദ്രൻ. തന്റെ ഉറ്റ മിത്രം. കലാലയ ജീവിതം കഴിഞ്ഞതിൽ പിന്നെ വിവരം ഒന്നുമില്ല. പഠിക്കാൻ നല്ല മിടുക്കൻ. സോമ സുന്ദരൻ ആകട്ടെ പഠിത്തത്തിൽ തീരെ പിന്നോട്ടും. കാര്യം ചോദിക്കണോ വേണ്ടയോ എന്ന് അമാന്തിച്ച് അയാൾ നിന്നു. ഹരിചന്ദ്രൻ ആകട്ടെ കുറച്ചുനേരം തല കുമ്പിട്ട് നിൽക്കുകയായിരുന്നു. തന്റെ സഹപാഠിയാണ് ഈ ബിസിനസുകാരൻ എന്നറിഞ്ഞിട്ട് തന്നെയാണ് വന്നിരിക്കുന്നത്. എന്നാലും പെട്ടെന്ന് കാര്യം പറ

യാനുള്ള മടി. പിന്നെ പരിചയം പുതുക്കി സംസാരിച്ചു തുടങ്ങി. അയാളെ അകത്തേക്ക് ക്ഷണിച്ചു. ഒരു ഗ്ലാസ് വെള്ളവും കൊടുത്തു. എന്തോ ഭാരിച്ച ഇല്ലായ്മ അവനിൽ നിഴലിച്ചിരിക്കുന്നു എന്ന് അയാൾക്ക് മനസ്സിലായി. അന്നൊക്കെ പഠിക്കാൻ നല്ല മിടുക്കൻ ആയിട്ടും ഇവനെന്താ ഈ കോലത്തിൽ?

എന്തൊക്കെയോ ഊഹിച്ചുവെങ്കിലും തീർത്തും കാര്യങ്ങൾ അറിഞ്ഞില്ല. കുറേ നേരം മിണ്ടിയിരുന്നപ്പോൾ കുറച്ചൊക്കെ ഹരിചന്ദ്രൻ പറയാൻ തുടങ്ങി.

ഇയാൾക്ക് പ്രത്യേകിച്ച് ജോലി ഒന്നും ഇല്ല. വീട്ടിലെ പ്രാരാബ്ദം കൊണ്ട് തുടർന്ന് പഠിക്കാതെ കൂലിപ്പണിക്ക് ഇറങ്ങി. പിന്നെ കല്യാണം കഴിഞ്ഞു. കുട്ടികൾ.. ഒക്കെ ബിസിനസുകാരനായ സോമസുന്ദരനോട് പറഞ്ഞു.

എന്നാലും ഇപ്പൊ ഇവൻ ഇവിടെ വന്നതിന്റെ ഉദ്ദേശം എന്താണാവോ? ഒരു കാര്യം ഉറപ്പ്. ഈ വാതിൽക്കൽ വരുന്നവർ അധികവും സാമ്പത്തിക സഹായത്തിനു വേണ്ടി തന്നെയാണ്. ചിലർ തിരിച്ചുതരുന്നു. ചിലരാകട്ടെ ആ വഴി പിന്നെ കാണുകയുമില്ല. തിരികെ പോയി ചോദിച്ചു വാങ്ങാൻ അയാൾ മെനക്കെടാറുമില്ല. പണത്തിന്റെ ആവശ്യം ഹരിചന്ദ്രൻ പറഞ്ഞു. ഇയാൾക്ക് ഇപ്പോൾ കാര്യമായ പണിക്കൊന്നും പോകാൻ കഴിയുന്നില്ല പോലും. കുടുംബം പട്ടിണിയുടെ വക്കിലും. ഹൃദ്രോഗിയാണ് താനെന്നും കൂടി പറഞ്ഞപ്പോൾ സോമസുന്ദരന് മറ്റൊന്നും ആലോചിക്കേണ്ടി വന്നില്ല. പഴയ കൂട്ടുകാരനെ സ്നേഹപൂർവ്വം ചേർത്തുപിടിച്ചു. പറ്റുന്നപോലെ പുറം പണി വല്ലതും ചെയ്ത് ഇവിടെത്തന്നെ ജീവിച്ചോ എന്ന് പറയുകയും ചെയ്തു. അത്യാവശ്യത്തിനുള്ള പണവും കുറച്ചു ധാന്യങ്ങളും വീട്ടിലോട്ടു കൊടുത്തു വിടുകയും ചെയ്തു.അയാൾക്കും സന്തോഷം, കൂട്ടുകാരന് അതിനേക്കാളും സന്തോഷം.

വിരുന്നുകാർ

ട്രെയിൻ ഓടിക്കൊണ്ടിരിക്കുകയാണ്. അതിന്റെ വേഗതയ്ക്കനുസരിച്ച് കടകളും, മരങ്ങളും, പാടങ്ങളുമൊക്കെ പുറകോട്ട് പോകുന്നുണ്ടായിരുന്നു.

സ്ലീപ്പർ കോച്ചിലാണ് ചന്ദ്രശേഖരനാശാരി കയറിയത്. അയാളുടെ ചിന്തകളും ട്രെയിനിന്റെ ഓട്ടത്തിനനുസരിച്ച് ചലിക്കുന്നുണ്ട്. എറണാകുളത്ത് നഴ്സിങ്ങിന് പഠിക്കുന്ന മകളെ കാണാൻ പോകുകയാണ്. സഞ്ചരിച്ചു കൊണ്ടിരിക്കുന്ന സ്ഥലങ്ങൾ ഒന്നും ശ്രദ്ധയിൽപ്പെടാതെ പകുതി ഉറക്കത്തിലേക്ക് വീഴാൻ പാകത്തിൽ കണ്ണുകൾ അടയാൻ തുടങ്ങി. ചിന്തകൾ കുറേ വർഷങ്ങൾ പുറകോട്ടേക്ക് പോവുകയാണ്..

പണ്ടൊരു നാൾ വീട്ടിൽ വിരുന്നുകാര് വന്നൊരു ദിവസം.

അമ്മാവനും അമ്മായിയും കുട്ടികളുമായി അഞ്ചാറ് പേരുണ്ട്. അടുക്കളയിൽ ഭക്ഷണം ഉണ്ടാക്കിക്കൊണ്ടിരിക്കുകയായിരുന്ന ഭാര്യ ശകുന്തള അറിഞ്ഞിരുന്നില്ല വിരുന്നുകാരുടെ വരവ്. ഭക്ഷണമാണേൽ അയാൾക്കും ഭാര്യക്കും ഏക മകൾ നന്ദനയ്ക്കും മാത്രം ഉണ്ടാക്കിയതു മാത്രമുണ്ട്.

അല്ലേലും പെണ്ണുങ്ങൾക്ക് വെപ്രാളം തന്നെയാണ് പ്രതീക്ഷിക്കാതെ വിരുന്നുകാർ വന്നെത്തിയാൽ. അന്നന്നത്തെ സാധനങ്ങൾ മാത്രം വാങ്ങിവെച്ചുണ്ടാക്കി കഴിയുന്ന പാവങ്ങൾക്ക് പ്രത്യേകിച്ചും.

ശകുന്തള വിരുന്നുകാരെ സൽക്കരിക്കുന്നതിനിടയിലും മകളെ പരതുകയാണ്.

'ശോ.. അവൾ എവിടെ പോയി, ഈ സമയത്ത്.. ഇനിയെന്തു ചെയ്യും'

അതിഥികൾക്ക് ചായ കൊടുക്കാൻ പഞ്ചസാര തികയില്ല. ഭാര്യ വെപ്രാളപ്പെടുന്നത് കണ്ടപ്പോൾ അയാൾക്കു മനസ്സിലായി എന്തോ പന്തികേട് ഉണ്ടെന്ന്. എങ്കിലും അതിഥികളെ അറിയിക്കാതെ അവരോട് കൂടുതൽ മിണ്ടിയും പറഞ്ഞുമിരുന്നു അവർ.

ഏകദേശം അരമണിക്കൂർ കഴിഞ്ഞു കാണും മകൾ ദാ വരുന്നു. അയൽപ്പക്കത്തെ കുട്ടികളുമൊത്ത് പലതരം നാടൻ കളികൾ കളിച്ച് സമയം കളഞ്ഞു വരുന്ന വരവാണ്. ഇന്നത്തെ കുട്ടികൾക്ക് അയൽക്കാരെ അറിയുകയുമില്ല. ഏത് സമയവും മൊബൈൽ ഫോണിൽ തന്നെയായിരിക്കും.

ട്രെയിൻ വേഗത കുറഞ്ഞുവന്നു. വണ്ടി തിരൂർ സ്റ്റേഷൻ എത്തിയിട്ടുണ്ടിപ്പോൾ. അത് അവിടെ നിർത്തി. ആളുകൾ കയറുന്നു, ഇറങ്ങുന്നു.

'കാപ്പി..... കാപ്പി... ചൂട് കാപ്പി വട...'

ഒരുത്തൻ ഉച്ചത്തിൽ പറയുന്നത് അയാൾ പാതി മയക്കത്തിൽ കേൾക്കുന്നുണ്ട്. ട്രെയിൻ വീണ്ടും നീങ്ങി. കുറച്ചുനേരം പുറത്തേക്ക് നോക്കി അയാൾ കാഴ്ചകൾ കണ്ടു. പിന്നെയും നിദ്രയിലേക്ക് വഴുതിവീണു.

ശകുന്തള പിന്നാമ്പുറത്തെ വാതിലിന്റെ അരികിലേക്ക് ചെന്ന് മകളുടെ കയ്യിൽ ഒരു ലിസ്റ്റു കൊടുത്തു. കടയിൽ നിന്നും വാങ്ങിവരാണുള്ളതിന്റെ. ഒപ്പം,

ഒരു നൂറു രൂപാ നോട്ടും. തികഞ്ഞില്ലേൽ ബാക്കി കടം പറഞ്ഞോ എന്നൊരു മുന്നറിയിപ്പും.

പണ്ടൊക്കെ അങ്ങനെയാണ്. പറ്റ് ബുക്കുകൾ ഇന്നത്തെ അപേക്ഷിച്ചു കടകളിൽ കൂടുതലാണ്. അവൾക്ക് കടം പറയുന്നത് മടിയുമാണ്. എന്തു ചെയ്യാൻ? വിരുന്നുകാരെ സൽക്കരിക്കേണ്ടേ?

അയാളുടെ ചിന്ത ട്രെയിനിന്റെ വേഗതയ്ക്കനുസരിച്ച് ചലിക്കുന്നു.

മകൾ സാധനം വാങ്ങി, വിരുന്നുകാർ കാണാതെ പിന്നാമ്പുറത്തെ വാതിലിൽക്കൂടി വന്ന് അമ്മയ്ക്ക് കൊടുക്കുന്നു. അതോടെ ഭാര്യയുടെ അങ്കലാപ്പിന് അയവ് വന്നിട്ടുണ്ട് എന്ന് അയാൾക്ക് ബോധ്യമായി. സാധനങ്ങൾ വാങ്ങി വരുന്നത് അതിഥികൾ കണ്ടതുമില്ല.

ഭാര്യ ചായ കൊടുക്കുന്നു. ധൃതിയിൽ അടുക്കളക്കാര്യങ്ങളിൽ ഏർപ്പെടുന്നു. അങ്ങനെ മൊത്തം ആഘോഷരാവ്. മകൾ വിരുന്നെത്തിയ കുട്ടികളുടെ കൂടെ കളിക്കുന്നു, ചിരിക്കുന്നു. ഇപ്പോൾ രണ്ടു ദിവസമായി അവർ വന്നിട്ട്. നന്ദനയ്ക്കും ഇപ്പോൾ നല്ല ഭക്ഷണം തന്നെ വിരുന്നുകാർ ഉള്ളതിനാൽ. ഉറങ്ങാൻ കിടന്നാലും അവൾക്ക് ഉറക്കം വരുന്നില്ല.

കിടന്നുകൊണ്ടുതന്നെ കൂട്ടുകൂടി കഥകൾ പറഞ്ഞു കളിച്ചും ചിരിച്ചും അവർ രാത്രിയെ പകലാക്കുന്നു. ഓരോ ചിന്തകൾ അയാളിൽ മാറിക്കൊണ്ടിരുന്നു.

മൂന്നാം ദിവസം വിരുന്നുകാർ പോകാൻ നേരം മകളുടെയും ഭാര്യയുടെയും മുഖം സങ്കടംകൊണ്ടു നിറയുന്നത് അയാൾക്കറിയാൻ കഴിഞ്ഞു. കഴിഞ്ഞ രണ്ടു ദിവസം നേരം പോയതറിഞ്ഞിരുന്നില്ല അവർ. ഇന്നാണേൽ വിരുന്നുകാർ വന്നാൽ പത്തു മിനിറ്റ് നിൽക്കും. അതും എല്ലാവരുടെയും സംസാരം തന്നെ മൊബൈൽ ഫോണിൽ വിരലുകൾ ചലിപ്പിച്ചു കൊണ്ടായിരിക്കും. അയൽക്കാരെയും അറിയില്ല. പുറംകളികളും ഇല്ല കുട്ടികൾക്ക്. എല്ലാം ഓർമ്മകൾ മാത്രം.

ഓരോ ചിന്തകൾ മിന്നി മറയുമ്പോഴാണ് ട്രെയിനിന്റെ വേഗത കുറയുന്നത് പിന്നെയും അയാൾക്ക് മനസ്സിലായത്. ഇറങ്ങേണ്ട എറണാകുളം സ്റ്റേഷൻ എത്തിയിട്ടുണ്ട്. ആളുകൾ കുറച്ചുപേർ ഇറങ്ങുന്നു. അയാൾ ബാഗും എടുത്ത് തോളിലിട്ട് കയ്യിലുള്ള തോർത്തിൽ മുഖവും കഴുത്തും തുടച്ച് വിയർപ്പ് മാറ്റി മകളുടെ ഹോസ്റ്റലും ലക്ഷ്യമാക്കി നടന്നു.

കത്ത്

എന്റെ ചിന്തകൾ ഇരുപത്തിയഞ്ചുവർഷം പുറകോട്ട് പോവുകയാണ്.

അന്നൊക്കെ മൊബൈൽ ഫോണും ആധുനിക സാങ്കേതിക വിദ്യകളും അധികം ഉണ്ടായിരുന്നില്ല. ആശയവിനിമയം കത്തുകൾ മുഖാന്തിരം മാത്രം.

സമയം നട്ടുച്ചനേരം.

വേനൽചൂടിൽ തളർന്നിരിക്കാതെ വീടിന്റെ മുൻവശത്തായുള്ള ഇടവഴിയിലേക്ക് നോക്കിയിരിക്കുകയാണ് എന്റെ അനുജത്തി സുമയ്യ. ആരെയോ പ്രതീക്ഷിച്ചാണ് ഈ ഇരുപ്പ് എന്ന് എനിക്ക് ഒറ്റനോട്ടത്തിൽ തന്നെ മനസ്സിലായി.

'നീ അങ്ങോട്ട് കുറേ നേരമായല്ലോ നോക്കിയിരിക്കുന്നത്. ആരെയാ?'

ഞാൻ അവളോട് ചോദിച്ചു.

പോസ്റ്റ്മാൻ ബാലകൃഷ്ണൻ ചേട്ടനെയും പ്രതീക്ഷിച്ചുള്ള നിൽപ്പാണ് പോലും. അപ്പോഴാണ് അതറിയുന്നത്.

കഴിഞ്ഞ രണ്ടാഴ്ച്ച മുൻപ് ഞങ്ങൾ സഹോദരിമാർ ചേർന്ന് അറബ് രാജ്യത്തിലുള്ള ഇക്കാക്കയ്ക്ക് ഒരു കത്തെഴുതി അയച്ചിരുന്നു.

ഇക്കാക്ക സൗദി അറേബ്യയിലാണ്. ഞങ്ങൾ സഹോദരിമാർ മൂന്നുപേരും ഒരു പേപ്പർ ഭാഗിച്ചെടുത്ത് എല്ലാവരും അവരവരുടേതായ കാര്യങ്ങൾ കത്തിൽ എഴുതി.

അതിൽ സുമി എഴുതിയത് ഇങ്ങനെയായിരുന്നു:

'എത്രയും പ്രിയപ്പെട്ട എന്റെ ഇക്കാക്ക വായിച്ച് അറിയുവാൻ. ഇക്കാക്കയുടെ സ്വന്തം സുമി എഴുതുന്നത്. എന്തെന്നാൽ എനിക്ക് ഇവിടെ സുഖം തന്നെ. ഇക്കാക്കയ്ക്ക് അവിടെ സുഖം തന്നെയാണോ?'

അങ്ങനെ നീളുന്നു വരികൾ. കൂട്ടത്തിൽ കുറച്ചു പരാതി

യും പരിഭവങ്ങളും. രണ്ടു കൊല്ലമായി ആ മണലാരണ്യത്തിലേക്ക് പോയിട്ട്. ഉറ്റവരെയോ ഉടയവരെയോ കാണാതെ അവിടെ പോയി കഷ്ടപ്പെടുന്നു. കാണാനും കൊതിയുണ്ട്. മറുപടിക്കത്തിന്റെ കൂടെ കുറച്ചു ഫോട്ടോകളും കൂടി വെക്കാൻ അവൾ പ്രത്യേകം ഓർമിപ്പിച്ചെഴുതി.

അന്നത്തെ ദിവസം എന്തായാലും അവളുടെ പുറത്തേക്ക് നോക്കിയുള്ള കാത്തിരിപ്പിന് ഫലം കണ്ടില്ല. പിന്നെയും മൂന്നു ദിവസം കൂടി കഴിഞ്ഞിട്ടാണ് ബാലകൃഷ്ണൻ ചേട്ടന്റെ വരവ്. ആ കത്ത് കിട്ടിയതും അവൾ തുള്ളിച്ചാടി. ആദ്യം അവൾക്ക് തന്നെ പൊട്ടിക്കണം. തിടുക്കം കാട്ടിയവൾ. പാവം, ഇക്കാക്കയെകാണാതെ ഇക്കരെ നിൽക്കുന്ന കുഞ്ഞു പെങ്ങളുടെ വേദന ഒന്ന് വേറെ തന്നെയാണല്ലോ.

കത്ത് വായിച്ചു. അവൾക്ക് സന്തോഷമായി. പക്ഷേ, ഇക്കാക്കയുടെ ഫോട്ടോ അടുത്ത തവണ അയക്കാം എന്ന് അതിൽ വായിച്ചതിൽ പിന്നെ അവൾ തീർത്തും മൂഡോഫ് ആയി. കുഞ്ഞു പെങ്ങൾക്ക് ആ മുഖം ഒന്ന് കാണാനുള്ള കൊതിയാണെന്ന് എനിക്ക് മനസ്സിലായി. ഇനി അടുത്ത പ്രാവശ്യം എഴുതുന്ന കത്തും അവിടെ എത്തി മറുപടിക്കത്തിലായിരിക്കും ഫോട്ടോ വരുന്നത്. അതുവരെ കാത്തിരിക്കണം എന്ന ചിന്ത അവളിൽ വിങ്ങലുണ്ടാക്കി.

പക്ഷേ, കാണാൻ വേറെ മാർഗ്ഗമൊന്നുമില്ല. മാസം അഞ്ചോ ആറ് കഴിഞ്ഞു. കത്തുകൾ അങ്ങോട്ടുമിങ്ങോട്ടും കൈമാറി. ഇടയ്ക്ക് ഫോട്ടോകളും ഉണ്ടായിരുന്നു അതിൽ. സന്തോഷമായി. ഇക്കാക്കയുടെ മുഖം കണ്ടതിലുള്ള സന്തോഷം. കിട്ടുന്ന കത്തിലെ സ്റ്റാമ്പുകൾ ഒന്നും അവൾ കളഞ്ഞിരുന്നില്ല. സ്റ്റാമ്പ് ശേഖരണം, നാണയ ശേഖരണം, ഇല ശേഖരണം, തൂവൽ ശേഖരണം, വള സെറ്റ് ശേഖരണം.. അവളുടെ നേരം പോക്കുകൾ അങ്ങനെ അനവധിയുണ്ട്.

ഓരോ രാജ്യത്തുള്ള സ്റ്റാമ്പുകളും അവളുടെ ശേഖരണത്തിൽ നിറഞ്ഞു. സൗദി അറേബ്യ, ഖത്തർ, ഒമാൻ..

ഇക്കാക്ക തന്നെയാണ് അവൾക്ക് വേണ്ടി ഗൾഫ് രാജ്യങ്ങളിൽ നിന്നുള്ള സ്റ്റാമ്പുകളും നാണയങ്ങളും അയച്ചു കൊടുത്തിരുന്നത്. നാട്ടിൽ വരുമ്പോളും കൊണ്ടുവരും. പിന്നെ സ്റ്റാമ്പുകൾ കിട്ടുക, അടുത്തുള്ള പോസ്റ്റ് ഓഫീസിൽ പോയി അവിടെയുള്ള പഴയ സ്റ്റാമ്പുകൾ ചോദിച്ചു വാങ്ങുന്നതിലൂടെയാണ്. അങ്ങനെ

വർഷം ഒന്ന് കഴിഞ്ഞു.

പ്രവാസ ജീവിതത്തിലെ ചെറിയൊരു ലീവിൽ വീട്ടിലേക്ക് ഇക്കാക്ക വന്നു. കുറേയധികം ചോക്ലേറ്റുകളും പേന, പെൻസിൽ, തുണികൾ.. അങ്ങനെ എല്ലാം ഞങ്ങൾക്കുണ്ട്. ഗൾഫ് പെട്ടി കാണുമ്പോൾ തന്നെ അറിയാം അതിൽ എന്തൊക്കെയോ കുത്തിനിറച്ചുള്ള വരവാണെന്ന്. സുമിയ്ക്ക് ഇഷ്ടമുള്ള ഉടുപ്പുകൾ കിട്ടിയതുകൊണ്ട് അവൾക്ക് അധികം പരാതി ഉണ്ടായിരുന്നില്ല. ലേശം പരാതി എനിക്ക് ഉണ്ടെന്ന് സാരം. കൊണ്ടുവന്ന ഉടുപ്പിന്റെ കളർ അത്ര ഇഷ്ടപ്പെട്ടില്ല എന്നതുതന്നെ കാരണം. എന്നാലും കുഴപ്പമില്ല ഇക്കാക്ക തന്നതല്ലേ. ഞാൻ ആശ്വസിച്ചു. ചിരിയും കളിയുമായി ദിവസങ്ങൾ അടിപൊളിയായിരുന്നു.

പകലും രാത്രിയും പോയത് അറിഞ്ഞതേയില്ല. അത്രയും ആസ്വദിച്ചു ആ ദിവസങ്ങൾ.

രണ്ടാഴ്ച്ച കഴിഞ്ഞു. ഇക്കാക്കയുടെ ലീവ് കഴിഞ്ഞു തിരിച്ചു അറബ് നാട്ടിലേക്ക് തന്നെ പോയി. കത്തുകൾ തുടർന്നു. കുഞ്ഞുപെങ്ങൾ സുമിയുടെ പരാതികളും കത്തിന്റെ രൂപത്തിൽ തുടർന്നുകൊണ്ടേയിരുന്നു.

ഓൺലൈൻ

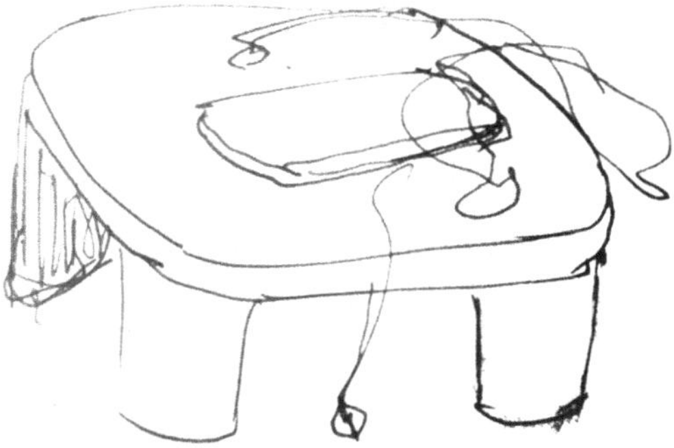

പാതിരാത്രി റോഡിലിറങ്ങി നടക്കുന്നതുപോലെ അവൻ എപ്പോഴും ഫേസ്ബുക്കിലും ഇൻസ്റ്റാഗ്രാമിലും ഉറക്കം പോലുമില്ലാതെ ഓൺലൈനിൽ തന്നെയാണ്. ആരു പോസ്റ്റിട്ടാലും ഫസ്റ്റ് ലൈക്കും കമന്റും അവന്റേതാണ്. അതും പെൺകുട്ടികളുടെ മാത്രം പോസ്റ്റിൽ.

പേര് വിഷ്ണു. മുപ്പതുവയസ്സ് പ്രായം. രാത്രി പത്തുമണി കഴിഞ്ഞ് കാണാൻ കൊള്ളാവുന്ന പെൺകുട്ടികളുടെ അക്കൗണ്ടുകളിൽ പച്ചവെളിച്ചം കണ്ടാൽ പിന്നെ വേറെ ആപ്പുകളുടെ ഒന്നും ആവശ്യമില്ല. പെൺകുട്ടികളുടെ ഇൻബോക്സിൽ 'ഹായ്, കൂയ്' മെസ്സേജുകൾ നിറയും.

'എന്തേ, ഉറക്കമില്ലേ' എന്നൊരു ചോദ്യവും.

അങ്ങേതലയ്ക്കലിൽ നിന്നും നിങ്ങൾക്കും ഉറക്കമില്ലേ എന്ന മറു ചോദ്യവും വരുന്നു.

'നമ്മൾ ഡേറ്റ റീചാർജ്ജ് ചെയ്യുന്നു, ഉപയോഗിക്കുന്നു. നിങ്ങൾക്കെന്ത് അവകാശം നമ്മുടെ കാര്യം ചോദിക്കാൻ?'

- ചില പെൺകുട്ടികൾ മറുപടി കൊടുക്കാതെ സ്വയം പറയുന്നു.

ഇഷ്ടം തോന്നുന്ന പെൺകുട്ടികളുടെ പച്ചവെളിച്ചം കെട്ടാലേ അവനും ഉറങ്ങൂ.

അങ്ങനെ ഗായത്രി എന്ന സുന്ദരി പെൺകുട്ടിയെ അവൻ വളച്ചെടുത്തു. ഒരു ഓൺലൈൻ പ്രണയം പൂത്തു. പരസ്പരമുള്ള ചാറ്റിങ്ങുകൾ നീണ്ടു. വീടിരിക്കുന്ന സ്ഥലം മാത്രം രണ്ടുപേരും സംസാരത്തിനിടയിൽ ഒരു തവണ പോലും പറഞ്ഞില്ല. മറ്റ് വർത്തമാനങ്ങളുടെ ഇടയിൽ സ്ഥലപ്പേരും വീടും ചോദിക്കാൻ വിട്ടു എന്ന് വേണം പറയാൻ.

മാസം രണ്ടു കഴിഞ്ഞു. നേരിട്ട് കാണാനുള്ള ആഗ്രഹം രണ്ടുപേരും പ്രകടിപ്പിച്ചു. ഒടുവിൽ കാണാൻ തന്നെ തീരുമാനം. ഓൺലൈനിൽ നിന്നും മാറി കുറച്ചുനേരം പുറം ലോകത്തേക്ക് ഇറങ്ങിയപ്പോൾ വീട് എവിടെയാ എന്നൊക്കെ അവൻ അന്വേഷിച്ചു. അപ്പോഴാണ് അറിയുന്നത് അവന്റെ അയല്പക്കത്തുള്ള ചുറ്റുമതിലിനുള്ളിലെ വീട്ടിലെ കുട്ടിയാണ് പോലും.

കുറിപ്പ്

പെൺകുഞ്ഞുങ്ങൾ

പെൺകുഞ്ഞുങ്ങളെന്നാൽ പൊൻ കുഞ്ഞുങ്ങൾ എന്നാണ് പഴയവിശ്വാസം. അതിനാൽ, നമ്മുടെ സമൂഹത്തിൽ പിശാചിന്റെ രൂപംപൂണ്ട നീചന്മാർ പെണ്കുഞ്ഞുങ്ങളോട് അനീതി കാണിക്കുമ്പോൾ സമൂഹം കണ്ണടക്കാൻ പാടില്ല. ഈ നെറികേട് വെച്ചു പൊറുപ്പിച്ചുകൂടാ, ഒരിക്കലും.

ഇത്തരം കരാളന്മാരെ അറിഞ്ഞ് വീഴ്ത്തണം നമ്മുടെ നീതിപീഠം. വേട്ടക്കാരുടെ ഉള്ളിലെ മൃഗത്തെ വേരോടെ പിഴുതെടുത്തു സമൂഹ മധ്യത്തിൽ കൊണ്ടുവന്നു തക്കതായ ശിക്ഷ തന്നെ വാങ്ങികൊടുക്കണം. പക്ഷേ, നിയമം നടപ്പാക്കേണ്ട ബഹുമാനപ്പെട്ട നീതിപീഠം ചില നേരങ്ങളിൽ കണ്ണടച്ച് പ്രതികളെ വെറുതെ വിടുമ്പോൾ പ്രതീക്ഷയറ്റു പോകുകയാണെന്നതും വാസ്തവമാണ്.

കൃഷ്ണപ്രിയ എന്ന പെൺകുട്ടിയുടെ അച്ഛനാണ് യഥാർത്ഥ നീതിപാലകൻ. ശങ്കരനാരായണൻ എന്ന ആ അച്ഛനാണ് മകളെ കൊന്ന മനുഷ്യ മൃഗത്തെ ഒരു നിയമ വ്യവസ്ഥയുടെ കൈ കളിലേക്കും വിട്ടുകൊടുക്കാതെ നീതി നടപ്പിലാക്കിയത്. അതാണ് ശരി,അതുമാത്രമാണ് ശരി എന്നോർത്തു പോകുന്നു, ചിലകോടതിവിധികൾ വരുന്ന സന്ദർഭ ങ്ങളിലെങ്കിലും.

കണ്ണ് തുറക്കു. ഒരു നിമിഷം, പ്രിയ നീതി ദേവതേ..!

ഭാവി തലമുറയെ വാർത്തെടുക്കേണ്ട നമ്മുടെ പെൺ കുഞ്ഞുങ്ങൾ ഇനിയെങ്കിലും സമാധാനമായി ഒന്നുറങ്ങട്ടെ. അവരും വളരട്ടെ. നിർഭയരായി. നാളെയുടെ ഭാവി വാഗ്ദാനങ്ങളായി അവർ ഉയർന്നു വരട്ടെ.

കുറിപ്പ്

മാറ്റം അനിവാര്യമാണ്

ദേശത്തിന്റെ അതിരുകൾക്കപ്പുറം, ലോകമെമ്പാടുമുള്ള വനിതകൾക്കായി ഐക്യരാഷ്ട്ര സംഘടന മാർച്ച് 8 അന്താരാഷ്ട്ര വനിതാദിനമായി പ്രഖ്യാപിച്ചു. എല്ലാതരത്തിലുള്ള വിവേചനങ്ങളിൽ നിന്നും മുക്തമായി ലിംഗസമത്വ ലോകം സ്വപ്നം കാണാൻ നമുക്കാകുന്നുണ്ടോ? എല്ലാവർഷവും മാർച്ച് എട്ടിന് വനിതാ ദിനത്തോടനുബന്ധിച്ച് ഓരോ കാര്യങ്ങൾ പ്രഖ്യാപിക്കും എന്നല്ലാതെ, അതുമൂലം സ്ത്രീകൾക്ക് എന്തെങ്കിലും പ്രയോജനം ലഭിക്കുന്നുണ്ടോ എന്നു കൂടി നാം ചിന്തിക്കേണ്ടതായിട്ടുണ്ട്. നീതിക്കുവേണ്ടി ഇന്നും സ്ത്രീകൾ ഒരുപാടു കഷ്ടതകളനുഭവിക്കുന്നു. എന്നിട്ടും നീതി നടപ്പാക്കൽ ഇന്നേവരെ സാധിച്ചിട്ടില്ല.

ലിംഗ സമത്വം ചർച്ചയാകുന്ന ഈ കാലത്ത് എല്ലാ രംഗത്തും പൂർണ്ണ അവസര സമത്വം ആവശ്യം തന്നെയാണ്. സ്ത്രീക്ക് തുല്യപ്രാധാന്യം ലഭിക്കേണ്ടതിന്റെ ആവശ്യകതയെ പറ്റി നാം ഓരോരുത്തരെയും ഓർമ്മിപ്പിക്കുന്ന ദിനം കൂടിയാവട്ടെ ഇനി വരുന്ന വനിതാദിനങ്ങൾ. ഈ ലോകം അവളുടേതും കൂടിയാണ്. സത്യം പറഞ്ഞാൽ, വനിതാദിനത്തിൽ മാത്രമായി എല്ലാ സമത്വപ്രഖ്യാപനവും ഒതുങ്ങിപ്പോകുന്നുണ്ട്, പലപ്പോഴും. പ്രസംഗങ്ങളിലും മറ്റുമൊക്കെ പറയുന്നത് പിന്നെ പ്രാവർത്തികം ആയിട്ടുണ്ടോ എന്നത് നാം ചിന്തിക്കേണ്ടതായിരിക്കുന്നു.

എല്ലാരംഗത്തും സ്ത്രീയ്ക്ക് തുല്യത വേണം. എന്നാൽ, അതിനേക്കാളുപരി സമൂഹത്തിന്റെ പുരോഗതിക്ക് ആവശ്യം നീതി നടപ്പാക്കുക എന്നത് തന്നെയാണ്. സ്ത്രീ തൊഴിലാളികളുടെ കാര്യം ഏതു മേഖലയിൽ എടുത്താലും കഷ്ടം തന്നെയാണ്. തൊഴിൽ സമയം, വേതനം ഇതിനെല്ലാം തുല്യത വരേണ്ട കാലം അതിക്രമിച്ചിരിക്കുന്നു. ഡിജിറ്റൽ അക്രമങ്ങൾ പെരുകി വരുന്ന ഇന്നത്തെ സാഹചര്യം മാറ്റേണ്ടതായിട്ടുണ്ട്.

രാഷ്ട്രീയ രംഗത്തെ ശാക്തീകരണം, അവസരങ്ങൾ, വിദ്യാഭ്യാസ-ആരോഗ്യ രംഗത്തെ സംരക്ഷണം ഇങ്ങനെ വിവിധ മേഖലകളിൽ തുല്യത ഇനിയും വന്നിട്ടില്ല. ഇതിനൊക്കെ മാറ്റം വരാൻ വേണ്ടിക്കൂടിയുള്ളതാവട്ടെ ഇനിയുള്ള വനിതാദിനങ്ങൾ. സമത്വാധിഷ്ഠിതമായ ഒരു പുതിയ ലോകം സൃഷ്ടിക്കാനുമുള്ള പ്രവർത്തനങ്ങൾക്ക് ശക്തിപകരാൻ സഹായിക്കുന്നതാകട്ടെ വരുന്ന വനിതാദിനങ്ങൾ. ബോധവൽക്കരണ പ്രവർത്തികൾ കൂടുതൽ ശക്തമായി നടപ്പിലാക്കി അവളുടേതായ ലോകം ആക്കി മാറ്റാൻ ഭരണാധികാരികൾ ശ്രദ്ധിക്കണം.

ലോക്സഭാ - നിയമസഭാ തിരഞ്ഞെടുപ്പിൽ വനിതകളുടെ എണ്ണം തീരെ കുറവ് തന്നെയാണ്. ഈ അവഗണനകൾകൊക്കെയും സ്ത്രീകൾ തന്നെ രംഗത്തിറങ്ങിയാലേ ലോകത്ത് സുസ്ഥിരമായ ഒരു മാറ്റം സാധ്യമാകുകയുള്ളൂ. പിങ്ക് കൺട്രോൾ റൂമുകൾ സ്വയം പ്രതിരോധ പരിശീലനം എന്നിവയൊക്കെ ഉണ്ടെങ്കിലും ഇപ്പോഴും സ്ത്രീകൾ സുരക്ഷിതരാണോ? അല്ല. സ്ത്രീകൾക്കെതിരെയുള്ള അതിക്രമങ്ങളും കുറ്റകൃത്യങ്ങളും അനുദിനം വർദ്ധിച്ചു വരുന്നതായാണ് കണക്കുകൾ പറയുന്നത്.

എത്രയോ വനിതാ ദിനങ്ങൾ കടന്നു പോയിരിക്കുന്നു. ഇനിയുള്ള വനിതാ ദിനങ്ങളെങ്കിലും അവളുടെ തുല്യതയ്ക്ക് വേണ്ടിയാവട്ടെ. അനീതിക്കെതിരെ പോരാടി നീതിക്കുവേണ്ടി ഏതറ്റം വരെയും പൊരുതുവാൻ തയ്യാറായി വരുന്ന സ്ത്രീകളുടെ നാളെകൾ ആകട്ടെ ഇനി വരുന്ന ഓരോ വനിതാ ദിനവും ഓർമിപ്പിക്കുന്നത്. മാറ്റം അനിവാര്യമാണ്. നല്ലൊരു നാളേക്ക് വേണ്ടി മാറ്റം ഉണ്ടാകുമെന്ന് പ്രതീക്ഷിച്ചുകൊണ്ട്..

കരട്

Bodhi Books
Nedumpana PO, Kannanalloor
Kollam - 691576, Kerala, India
E-mail: bodhibooks03@gmail.com
Tel: +91 9447304886

KARADU
By Vidhya Vimal
Poems / Malayalam

First Published: May, 2024

Typesetting: Bodhi Books
Cover & Book Design:
Chembarathi Creatives
Illustrations: Nila

ISBN: 978-81-19770-67-0

Price **Rs. 200**
Production No. B-B-175-1-50-5-24

Rights @ Author

No Part of this publication may be re produced
or transmitted in any form or by any means,
without any prior written permission
of the author or publisher

Printed and bound in India by
Repro Mumbai

കരട്

കവിതകൾ

വിദ്യ വിമൽ

ബോധി ബുക്സ്
കൊല്ലം - 691 576

പ്രസാധകക്കുറിപ്പ്

കൊവിഡ് കാലം വെച്ചുനീട്ടിയ കടുത്ത നിസംഗതയും മരവിപ്പും, അതിജീവിക്കാൻ നമ്മുടെ സ്ത്രീകളെ ഒട്ടുവളരെ സഹായിച്ചത് നവമാധ്യമങ്ങളാണ്. സ്ത്രീകളുടെ സ്വതന്ത്ര മായ ആശയ പ്രകാശനത്തിലേക്കും മനസ്സുതുറക്കലുകളി ലേക്കും അവനയിച്ചു. അടച്ചുപൂട്ടലുകളിൽ നിന്നുള്ള അതി ജീവനം കൂടിയായിരുന്നു അത്തരം എഴുത്തുകൾ. വീട്ടകങ്ങ ളിൽ മാത്രമൊതുങ്ങിയ പെൺ ജന്മങ്ങൾ അമ്പരപ്പിക്കുന്ന ആശയലോകത്തെ നമുക്കു കാണിച്ചുതന്നു. ഈ രചനക ളിൾ പലതും ആവിഷ്കരണത്തിൽ ഒട്ടുവളരെ മികവു പുലർ ത്തുന്നവയല്ലെങ്കിലും സത്യസന്ധതയും ഉള്ളടക്ക വൈവിധ്യ വുംകൊണ്ട് ശ്രദ്ധിക്കപ്പെട്ടവയാണ്. ആവിധം ആർജ്ജവം മുറ്റിയ എഴുത്തുകളാണ് വിദ്യവിമലിന്റെയും സവിശേഷത. മനുഷ്യ സാഹോദര്യവും നന്മയും സാമൂഹികാവസ്ഥകളോടു ള്ള പ്രതിഷേധങ്ങളും ചൂഷണത്തിനെതിരെയുള്ള പ്രതിരോ ധവും അവരുടെ എഴുത്തുകളിൽ വാങ്മയംപൂണ്ട് ഒരുങ്ങി നിൽക്കുന്നു.

വിദ്യയുടെ കവിതകൾ കരളിൽ വിശുദ്ധ അസ്വസ്തത വി തക്കുന്ന 'കരടു'കളാണ്. പദാവലികളുടെ ഉപരിപ്ലവഭംഗിയി ലല്ല അവർ വിശ്വസിക്കുന്നത്. ആവിഷ്കാരത്തിലെ പുതുമ യിലല്ല, ആശയപരമായ ഉൾക്കരുത്തിലാണ് കരടിലെ കവി തകൾ ശ്രദ്ധയൂന്നുന്നത്. കാലത്തോടു സംവദിക്കുന്ന കവി തകൾ വായനക്കാരിഷ്ടപ്പെടുമെന്നു തീർച്ചയാണ്.

വിദ്യ വിമൽ

കണ്ണൂർ ഇരിട്ടി സ്വദേശി. പയഞ്ചേരിയിൽ താമസം. പി.എച്ച്. സുലൈമാൻ, മറിയം - മാതാപിതാക്കൾ.
വിളക്കോട് ഗവൺമെന്റ് യു.പി സ്കൂൾ, കാവുംപടി സി.എച്ച്. എം.എച്ച്.എസ്, കാക്കയങ്ങാട് പാലാ ഗവൺമെന്റ് ഹയർ സെക്കൻഡറി സ്കൂൾ എന്നിവിടങ്ങളിൽ വിദ്യാഭ്യാസം. ആനുകാലികങ്ങളിൽ എഴുതാറുണ്ട്. കലാസാഹിത്യ മേഖലയിൽ പ്രവർത്തിക്കുന്നു. കൂട്ടായ്മ പുസ്തകങ്ങളിൽ കവിതയും കഥകളും പ്രസിദ്ധീകരിച്ചിട്ടുണ്ട്.
Vidhyas World എന്ന സ്വന്തം യൂട്യൂബ് ചാനലിൽ കുക്കിംഗ് വ്ലോഗ് ചെയ്തു വരുന്നു.
ഇരിട്ടിയിലെ അലൻ ഹോമിയോ മെഡിക്കൽ ഷോപ്പിൽ ജോലി ചെയ്യുന്നു.
ഭർത്താവ്: കുഴുമ്പിൽ വിമൽകുമാർ
മക്കൾ: ദിയ, നിയ (ഇരുവരും വിദ്യാർത്ഥിനികൾ)
വിലാസം: വിദ്യ വിമൽ, കുഴുമ്പിൽ വീട്, പയഞ്ചേരി, ഇരിട്ടി, കണ്ണൂർ - 670 703.
email : vidhyavimal590@gmail.com

ആമുഖം

ജീവിതത്തിൽ ഒട്ടേറെ അനുഭവങ്ങൾ എന്നെ സ്വാധീനിച്ചിട്ടുണ്ട്. കാണുന്ന കാഴ്ചകൾ കവിതയിലൂടെ മറ്റുള്ളവരോട് പറഞ്ഞാലോ എന്നാലോചിക്കുന്നത്

തികച്ചും യാദൃശ്ചികമായാണ്. എന്റേതായ ഒരു പുസ്തകം എന്ന സ്വപ്നത്തിലേക്കു വരുന്നത് അങ്ങനെയാണ്.

അഭിപ്രായങ്ങൾ, കാഴ്ചപ്പാടുകൾ, ചില പൊരുത്തക്കേടുകൾ എന്നിവയൊക്കെ ഈ കവിതകളിൽ കാണാം. എന്റേതു മാത്രമായ, അനുഭവങ്ങൾ ഒട്ടും മായം കലർത്താതെ കവിത രൂപത്തിൽ വായനക്കാരിലേക്ക് പകരാൻ 'കരടി'ലൂടെ ശ്രമിക്കുന്നു.

ആകാംക്ഷയോടെയും ഏറെ പ്രതീക്ഷയോടെയും ഈ കവിത സമാഹാരം നിങ്ങളുടെ മുമ്പിലേക്ക് സമർപ്പിക്കുന്നു.

- വിദ്യ വിമൽ

കവിതകളിലൂടെ

വന നശീകരണം

നിൻ സാന്ദ്രമാം വിഷാദത്തിൽ
എൻ ദൃഷ്ടികൾ പതിയവേ,
കാണുന്നു ദൂരെയൊരു
മണ്ണുമാന്തിക്കൈകൾ ഞാൻ
എന്മനം കവർന്നോരാ
പച്ചപ്പരവതാനികൾ
ഇളങ്കാറ്റിൻ ചുംബനത്താൽ
പ്രകൃതിമെല്ലെ തലോടവേ,
പച്ചപ്പുവറ്റിയകൊമ്പുകൾ

പുതുനാമ്പിട്ടു തളിർക്കവേ
അലയടിച്ചീടുന്ന ചീവീടിൻ
നാദംചുറ്റും മുഴങ്ങവേ
സ്വാർത്ഥതയുടെ കൈകൾ
കാടിളക്കിത്തുടങ്ങുന്നു
മൗനമായ് പിഴുതെറിഞ്ഞിടും
സ്വാർത്ഥത്തിനായ് വനഭംഗികൾ
ഉഷ്ണത്തിൻ കാഠിന്യം
ഒരുനാൾ ശമിപ്പിച്ചിട്ടില്ലയോ.?
നമുക്കായി മാത്രം വളരുവിൻ
കാടിൻ ഹൃദയസ്പന്ദനം
കേൾക്കാതിരിക്കാനാവുമോ
ഹൃദയമുള്ള മനുഷ്യർക്ക്.?

മൗനം

എൻ വിലോലമാം മൗനത്തിൽ
വിങ്ങും ഹൃദയഗദ്ഗദം ആരാലുമറിയാതെ
ഗർത്തത്തിലാഴ്ത്തി ഞാൻ!
ഓർമ്മതൻ ഓളങ്ങൾ മാറാല
നീക്കി പുറത്തേക്കൊഴുകുന്നു
അപ്രിയ സത്യങ്ങൾ
ആണെന്നിരിക്കെ
കപടതയുടെ മുഖംമൂടിയണിഞ്ഞ്
പരിഗണനയുടെ
കൈകൾ നീട്ടുന്നതും
കാമത്താൽ
പൊതിഞ്ഞോരാ
ദൃഷ്ടികൾ പതിയുന്നതും
ഉയർച്ചയിലെ തലോടലും
വീഴ്ചയിലെ ഉൾവലിയലും
ഇരുളിൻ നിഴൽ
ചേർന്നെത്തും
വേട്ടക്കാരെയും
ഞാൻ അറിയുന്നു..
കണ്ണീരു കലർന്ന
കദനാവസ്ഥകൾ പോലും
ചെറുപുഞ്ചിരിയാൽ
സ്വർഗ്ഗമാക്കിടാൻ
പകലിൻ വെളിച്ചത്തിൽ ചിരിതൂകുന്നതല്ലേ നാം.?
ഇരുളിൻ നിശ്ശബ്ദതയിൽ

കരളിൻ നൊമ്പരം
ഒഴുക്കിക്കളയുന്നതുമില്ലേ,
നാം? നമുക്കായി പൂക്കാത്ത
വസന്തങ്ങളോടും
മൗനത്തിൽ പരിഭവം
പറഞ്ഞില്ലയോ?
ഇരുളിൻ വഴികളിൽ
ചിതറിത്തെറിച്ച
സ്വപ്നങ്ങളൊക്കെയും
അകലങ്ങളിലിനിയും
പൂക്കാലം
തീർത്തേക്കാം.!
സത്യമാം വചനങ്ങൾ
അസത്യമാക്കിടും
ദുഷ്ടരെ പിഴുതെറിഞ്ഞിടാം,
പാകിടാം നന്മയുടെ
പുതു വിത്തുകൾ..
ഉയർത്തിടാം സാമോദം
സജ്ജനതയെ
നല്ലൊരു നാളേക്ക്
വേണ്ടിയായി.!

സ്ത്രീ

സ്ത്രീ ജന്മം പുണ്യ ജന്മം
അതിശ്രേഷ്ഠ ജന്മമീ ഭൂമിയിൽ
സഹന മനോഭാവവും ക്ഷമയും
ഊട്ടി ഉറപ്പിക്കുമീ സ്ത്രീകളിൽ..
അല്ലലുമകൽച്ചകളും
ആധിയുമേറി തുടങ്ങുന്നു..
അവൾ അമ്മയാണ്..
വറ്റിവരളാത്ത
സ്നേഹത്തിൻ
നിറകുടമാണല്ലോ

ഓരോ സ്ത്രീഹൃദയവും..
കണ്ണെഴുതിപ്പൊട്ടുതൊട്ട്-
വർണ്ണപ്പുടവയുമണിഞ്ഞു
കരിവളയും
കിലുകിൽ കൊലുസുമണിഞ്ഞു..
കൊത്തംകല്ലുകളിച്ചും
കണ്ണാരം പൊത്തി
ഓടിമറഞ്ഞും
ബാല്യം സ്ത്രീകളിൽ
ബഹുസുന്ദര കാലം..
ശൈശവം ബാല്യമായും
ബാല്യം കൗമാരമായും
ഋതുഭേദങ്ങളെപുണരുമ്പോൾ
ഈസ്ട്രജൻ, പ്രൊജെസ്റ്ററോൺ
ഹോർമോണുകൾ
ഉൽപ്പാദിപ്പിക്കുമീ
കൗമാര കാലത്തിൽ
സ്ത്രീയെന്ന ചിന്ത
ഉടലാകെയുണരുന്നു
നാണത്തിൻനാട്യ ഭാവങ്ങൾ
അരങ്ങിലെത്തിത്തുടങ്ങുന്നു
സജ്ജനങ്ങൾ
ഒരുവശത്ത്..
മറുപുറമോ.?
കാമത്തിൻ നോട്ടങ്ങളും
ഭാവഭേദമന്യേ
അവൾ നടന്നുനീങ്ങുന്നു...
ക്ഷുദ്ര ജീവികളിൽ
നിന്നകൽച്ചകൾപാലിക്കുന്നു..
കാരണം.?
സഹനത്തിൻ ഏഴഴകാണു
സ്ത്രീ ജന്മം,
മഴവില്ലിൻ ഏഴഴകുപോലെ

വിളങ്ങുന്നു
സ്ത്രീ ജന്മം..
സ്ത്രീതൻ ഗർഭപാത്രത്തിൽ,
ഭ്രൂണം വളരുന്നു
നവജാത ശിശുവാകുന്നു
അമ്മിഞ്ഞപ്പാലൂട്ടുന്നു..
ദൈവം കനിഞ്ഞുനൽകിയ-
വശ്യ സൗന്ദര്യത്തിൻ
മാറ്റു കൂട്ടും വിധമീ
മാതൃഹൃദയങ്ങൾ..
കാലം മാറുന്നു,
കോലവും മാറുന്നു..
ചിലയിടങ്ങളിൽ
ജോളിമാർ ഏറുന്നു...
അവളിൽ പൗരുഷഭാവം
മുളയ്കുന്നു...
പിന്നൊരുനാൾ
കണ്ണീരു കലർന്ന
കദനാവസ്ഥകൾ പോലും
ചെറു പുഞ്ചിരിയാൽ
സ്വർഗ്ഗമാക്കിടുന്ന,
അഹങ്കാരവും,
അനൗചിത്യവും -
മുഖമുദ്രയായ്
കൊണ്ട് നടക്കാത്ത
ഉത്തമസ്ത്രീകളും
സ്ത്രീയെന്ന പദത്തിൻ
പത്തരമാറ്റ് പൊൻതെളിച്ചം..
സ്ത്രീയാൽ തന്നെ
നശിച്ചുവോയെന്നാശങ്കപ്പെടുന്നു
ജനം..

കൊറോണ

അഗാധമാം ഏകാന്തതയുടെ തടവറയിൽ
നിർത്തിടും ജനാധിപത്യ- വൈറസിൻതേരോട്ടം
മർത്ത്യ ജീവനുകൾ പിഴുതെടുക്കുന്നു
ശവക്കുഴികളേറുന്നു..

വൈറസിന്നദൃശ്യമാം
കരാള ഹസ്തങ്ങളാൽ
എത്രയെത്ര പുണ്യ ജീവനുകൾ കൊഴിയുന്നു..

നാനാ ജാതി
സമ്പന്ന പരിഷ്കാരി
സമൂഹവും
കോവിഡിൻ ജയിലറകളിൽ
സമന്മാരല്ലയോ..?

ഓർക്കണം നാം മറവിയുടെ
പച്ചിലക്കാടിനാൽ മൂടുമ്പോളും
അതിജീവനത്തിനായ്
അതി പ്രസരമേറ്റും
രക്ഷാപുരുഷ
ആതുരപാലക സേവനങ്ങൾ..
ആശ്രാന്ത പരിശ്രമത്തോടെ
എന്തിനോ വേണ്ടിയായി ലോകമാനവർ
നെട്ടോട്ടമോടിയതൊക്കെയും
ഇരുളിൻ നിഴൽ ചേർന്നെത്തും
വൈറസിൻ കരങ്ങളാൽ
നിഷ്പ്രഭമായ് പോയല്ലോയെന്നു
നെടുവീർപ്പിടുന്നു നാം..
ഇരുമ്പഴികളില്ലാത്ത
കൊറോണ ജയിലിൽ
ഹസ്ത ദാനങ്ങളില്ല..
സ്നേഹ ചുംബനാലിംഗനങ്ങളില്ല..
സ്പർശന സാമൂഹിക
ഇടപെടലുകളൊന്നുമില്ല..
ഓരോരോ ചിന്തകൾ എൻ മനസ്സിന്റെ
മാറാല നീക്കിപുറത്തേക്കൊഴുകുന്നു..
പാർത്തിവ വൈറസ് അടക്കി ഭരിച്ചിടും
ലോകത്തിൻ ഓർമ്മയ്ക്കായി
സർക്കാരിൻ വരുമാന മാർഗം
ആണെന്നറിയുംപോളും
നിർത്തിടാം ക്രയ വിക്രയ മദ്യഷാപ്പുകൾ
ഉയർത്തിടാം സാമോദം സദ്ജനതയെ....

കൊറോണ ഭരിച്ചിടും ഇന്നിന്റെ യാത്രയിൽ
അഭിലാഷ പൂർത്തി പ്രാർത്ഥനകൾ
സഫലമാക്കിടാൻ -
അമ്പലങ്ങളില്ല..
പള്ളികളുമില്ല..
ജാതി മത ഭേദമന്യേ -
മനോഗതത്തിൻ അനുസ്യൂതമാം -
മർത്യ മനസ്സിന്നകത്തളങ്ങൾ മാത്രം.... !
ആർഭാട വിവാഹത്തിൻ -
പ്രതിയോഗിത്വങ്ങളില്ല..
അധികാരത്വരതയുടെ
കഠാര മുനകളുമില്ല
അന്തരീക്ഷ -
വായു മലിനീകരണമില്ല...
എങ്ങും വൈറസിൻ
മരണ താണ്ഡവം മാത്രമോ....?
അന്നന്നത്തേയന്നത്തിനായ് നെട്ടോട്ടം
ഓടുന്ന ലോകരെ -
ഇല്ലായ്മയുടെ ഇരുൾ വീണ
ജീവിത വീഥിയിൽ -
വിശപ്പെന്ന ഉണങ്ങാത്ത മുറിവ് വീഴാതെ
പട്ടിണിയുടെ തീനാളം എരിയാതെ
ഇടറാതെ..
പതറാതെ..
നന്മയുടെ വെളിച്ചത്തിൻ
നിഴലോരം ചേർത്ത്
കെടാവിളക്കിൻ തിരിനാളം പോൽ
കാത്തിടും നിയമ പാലകർ-
സദ്ജനങ്ങൾ
ഇന്നിന്റെ ലോകത്തിൻ
അഭിമാനമായ് മാറുന്നു..
ലോക്ഡൌൺ നീളുന്നു...
ആരോഗ്യ -

നിയമ പാലകർ തളരുന്നു...
കോവിഡിൻ മരണ സംഖ്യകൾ ഏറുന്നു...
ഒരൊറ്റ അണുവിനാൽ ധാരണകൾ -
പൊളിച്ചെഴുതുമ്പോളും
ഇനിയെന്നു തീരുമീ ദുഷ്ട വൈറസിൻ -
ദുഃഖ കാർമേഘം
മൂടുപടത്തിൻ മറ നീക്കി
സന്തോഷ സൂര്യ വെളിച്ചമോടെ......?
ലോക സമ്പത് വ്യവസ്ഥ തകിടം മറിച്ചോരീ...
മഹാ മാരിയല്ലോ ചുറ്റിലും...
അതിജീവനത്തിനായുള്ള നി
യന്ത്രണത്തിലും
ആശ്വാസത്തിനായുള്ള ഇളവുകളിലും
ഓർക്കണം ലോകരെ -
ഇനി..
നമ്മൾ തൻ ഭാവിയെന്ത്...

മാറുന്ന ലോകം

ഋതുവിൻ ക്ഷിപ്ര
പര്യടന ദർശനമേ നിൻ-
യാനത്തിൽ അലിയുമീ ഹൃദയവും..
പ്രപഞ്ചത്തിനുറുരുളയാം
മമ ഹസ്തത്തിനുള്ളിലുണ്ടെങ്കിലോ
തിരുമ്മിപ്പൊടിച്ചൂടിപ്പരപ്പിക്കുമെന്ന മട്ടിലുമീ ജനം...
പുഴകൾ..
തോടുകൾ..
വയലുകൾ..
പക്ഷി മൃഗാതികൾ വസിക്കുമീ യാത്രയിൽ

ഒരു പങ്ക് പറ്റുവാൻ വാസസ്ഥലത്തിൽ നമ്മളും..
പ്രശാന്ത സുന്ദര ഗ്രാമ വീഥിയിൽ -
അലയുന്നു നമ്മളും സുന്ദര സ്വപ്നവുമായ്..
കൊതിയൂറും മാമ്പഴച്ചാർ
നുണഞ്ഞിടും ഓർമയിൽ..
പാടവരമ്പിലൂടെ ഉല്ലസിച്ചും
കളിക്കൂട്ടുകാർക്കൊപ്പമിരിക്കലും..
പുത്തൻ പുടവയുടുത്തുരുങ്ങി..
ആഘോഷ നാളുകളിൽ
അമ്മാവൻ വീട്ടിൽ പോകലും..
ഓർമയായി..
ഓർമയായി..
ഓർമയായ് മാറുന്നു..
അന്നന്നത്തെ അന്നത്തിനായി
പണിയെടുക്കും ജനതയും
ധർമ്മാധർമ വിചിന്തനങ്ങൾക്ക് വിഘാതം വരും
പ്രവൃത്തികൾ ചെയ്യാത്ത സദ്ജനതയും
ധ്വന്യാത്മകതയിൽ കാര്യം നേടാത്ത സമൂഹവും..
ഇന്നിന്റെ ലോകത്തിൽ ഗൃഹാതുരത്വം ഉണർത്തുന്നു..
മാനുഷിക നൈസർഗ്ഗിക ചോദനകൾ
തടവറയിൽ ആകീടും സംഘടനകൾ,
നിയമ വ്യവസ്ഥകൾ..
കോമാളി വേഷ പ്രച്ഛന്നം കെട്ടും മാനവർ
കാപട്യത്തിൻ വിഴുപ്പുഭാണ്ഡം പേറും നീചർ
കമ്പോള വൽകരണം പൊടിപൊടിക്കുമീ യാത്രയിൽ..
യന്ത്രവൽകൃത സമൂഹത്തിന്നതിപ്രസരവുമേറുന്നു..
ചാർളി ചാപ്ലിൻ തമാശകൾ കേൾകാം
കൊട്ടും കുരവയും വാദ്യങ്ങളും കേൾക്കാം
വീട്ടുകാർ..
കൂട്ടുകാർ..
വസിക്കുമീ പുണ്യഭൂമിയിൽ..
ഇന്നിന്റെ ലോകം
കൂപമണ്ഡൂകനെപ്പോൾ നിൽക്കുന്നു..

ജലസായ്..
അസൂയയായ്..
അഗ്നിക്കാറ്റുകൾ വീശുന്നു..
ശുനകനെപ്പോലെ പെരുമാറും
കരാളഹസ്തരും...
നീരാളിക്കയ്യാൽ വേട്ടയാടിയ സൗമ്യ മാരാൽ
നിറഞ്ഞൊരു കേരളവും.. നല്ലതായി
രാപാർത്തിരുന്നേലെന്നാലോചിച്ചു..
പോകുന്നു..
അമ്മിഞ്ഞപ്പാൽ നുണയുന്ന പ്രായത്തിൽ -
വട്സാപ്പും..
ഫേസ്ബുക്കും..
ചാറ്റിങ്ങും...
ചീറ്റിംഗ്..
കുഞ്ഞുങ്ങൾ നുണയുന്നു..
പരുക്കൻ പാറകൾ കൊണ്ട്
പണിത ഭിത്തികൾ പോൽ..
ഇന്നിന്റെ തലമുറ മാറുന്നുവോ
എന്നാശങ്കപ്പെടുന്നു നാം..
സൂര്യ രശ്മി സ്പർശം
ഏൽക്കാത്ത ഘോരവനാന്തരങ്ങൾ പോൽ..
ചുട്ടുപൊള്ളുന്ന.. മരുഭൂമികൾ പോൽ..
മുൻശുണ്ഠിക്കാരൻ
കാണ്ടാമൃഗത്തെപ്പോലെ -
പെരുമാറും ചില
നിയമ പാലകരും നേതാക്കളും
ഇന്നത്തെ ലോകത്തിൻ
ദുരഭിമാനമായി മാറുന്നു..
വനങ്ങൾ..
വയലുകൾ..
നശിപ്പിച്ചീടുമീ യാത്രയിൽ....
കാട്ടുപുഷ്പങ്ങൾ ചൂടിനിൽകും
പടർപ്പുകളുമില്ലല്ലോ...

കൂറ്റൻ കെട്ടിട സമുച്ചയം
പണിതുയർത്തീടുമീ -
യാത്രയിൽ..
ഉഷ്ണത്തിൻ കാഠിന്യം
നാം അറിയാതെ പോവില്ല..
ദാഹ ജലത്തിനായ് അലയുന്ന ലോകരെയു
മറിയാതെ പോവില്ല..
ദുർഘട പാതയോരങ്ങളിൽ പതിയിരിക്കും
കഴുകന്മാരും..
കൊത്തും കൊലയും പീഡനം
എല്ലാം നടത്തിടും നീചരും
അഴിമതിയും കള്ളപ്പണവും
നിറഞ്ഞോരീ സമൂഹവും..
നല്ലതായി വസിച്ചിരുന്നേൽ..
ഈ ജീവിതം എത്ര സുന്ദരം..
ജീവിത ശൈലീ രോഗങ്ങളേറുന്നു -
വ്യായാമക്കുറവിനാൽ
ക്യാൻസർ രോഗമതിക്രമിച്ചു വരുന്നു
ഇന്നിന്റെ ലോകത്തിൽ -
അന്തരീക്ഷ മലിനീകരണം
ഒരു കാരണമായി മാറുന്നു...
പണത്തിനായി നെട്ടോട്ടമോടുന്ന സമൂഹത്തിൽ -
ബന്ധങ്ങളിലകൽച്ചകൾ
ഏറിതുടങ്ങുന്നു..
ഉണരാം നമുക്കിനി..
ഉയരാം പടവുകളായി...
നന്മയുടെ പുതുവിത്തുകൾ വിതറുവാൻ...
ഒപ്പം
കേരളം എന്നയീ ദുരന്ത ഭൂമിയെയൊരു...
പുണ്യ ഭൂമിയായി മാറ്റിടുവാൻ..!

വിരഹം

ഞാൻ പ്രണയിക്കുന്നു
എൻ നിത്യ കാമുകനാം
യമദേവനെ......
കാതോർക്കുന്നു...
കാത്തിരിക്കുന്നു
യമദേവാ
നിൻ സ്പർശന വരവിനായ്....!

മുഖംമൂടി

മുഖം മൂടിക്കുള്ളിലെ
നാം ഓരോരുത്തരും
ആണുപോലും
ഭാവിയിലെ സുരക്ഷിതർ!!

രോഗാണു

പിരിയുകയില്ലെന്ന്
പലവട്ടം ചൊല്ലി ഞാൻ
പറയാതെ, അറിയാതെ ജീവ കോശങ്ങളിൽ
ചേക്കേറുവാൻ തുടങ്ങവേ
സർക്കാരുകളുടെ
ജാഗ്രതയാൽ ഞാൻ,
നിർജീവമാകുമെന്നാശങ്കപ്പെടുമ്പോളും
രോഗ വാഹകർ,
എന്നെയും വഹിച്ചുല്ലസിച്ചു നടക്കുന്നു..
ആരുമറിയാതെ..

ആരാലുമറിയാതെ..
സാച്ചരന്മാർ വിലസിടുമീ നാട്ടു വഴികളിൽ
സർക്കാരിൻ ജാഗ്രത നിർദേശം,
ജല രേഖയായ് മാറിടുന്നുവോ.?
ഞാൻ വരും വീഥിയിൽ-
പല മുഖങ്ങൾ കാണുന്നു..
അതിഥിയായ് ചേക്കേറുന്നു..
യമ ദേവഹൃത്തിൻ സ്പന്ദനതാളം-
എൻ ജീവനിൽ അനുരാഗ സംഗീതമായി..
ജാഗ്രത കൊള്ളാത്ത മാനവ ദേഹത്തിൽ,
ഞാൻ എന്ന രോഗാണു
അഴിഞ്ഞാടിക്കളിക്കുന്നു..

അഹങ്കാരം ആപത്ത്

ഒറ്റത്തടിയിൽനിന്ന് ശിഖരങ്ങൾ വളർന്ന്
ആ ശിഖരത്തിൽ നിന്നും ശാഖകൾ വീണ്ടും
വളർന്ന് വളർന്ന്
വൻ മരമായി തലയുയർത്തി നിറഞ്ഞു നിൽക്കുന്നു
ചിലത് നശിക്കുന്നു
ചിലത് കൂടുതൽ ശക്തിയോടെ നിൽക്കുന്നു
ഇലകൾ കൊഴിയുന്നു
വീണ്ടും പ്രതീക്ഷയുടെ ഇലകൾ തളിർക്കുന്നു
ചിലയിടങ്ങളിൽ
വസന്തം വിരിയിക്കുന്നു
ഇങ്ങനെയൊക്കെ തന്നെയല്ലേ എല്ലാ ജീവനുകളും...
അഹങ്കരിക്കുന്നതെന്തിനെൻ മർത്യാ....
കൊഴിഞ്ഞിടുകില്ലേ ഒരുനാൾ നമ്മുടെ ദേഹവും...?

കരട്

കാലമെത്ര കഴിഞ്ഞിട്ടും കണ്ണിൽ വീണ
കരട് എടുത്തു കളയാൻ കഴിഞ്ഞിരുന്നില്ല
വേദനകൾ ഏറുന്നു ചൊറിച്ചിലോ
അതിനേക്കാളുമേറുന്നു
നിയന്ത്രിക്കാനാവാത്ത വിധം
കണ്ണുനീർ ഒഴുകുന്നു
പ്രതിരോധത്തിന്റെ കണ്ണുനീരായിട്ട് കൂടി
കണ്ണിലെ കരട് കളയാൻ കഴിഞ്ഞിരുന്നില്ല..
ദൂരെയൊരു കാറ്റ് വീശിയത് ഓർക്കുന്നു
മതത്തിന്റെ ജാതിയുടെ കാറ്റായിരുന്നു അത്

മതത്തിന്റെ ഭ്രാന്തമായ ഒരു കരട് വന്ന്
പതിച്ചതാകട്ടെ ഇരുകണ്ണിലും
ആ കരടിൻ തീക്കനൽ ചൂടേറ്റ്
രണ്ടു കണ്ണു കൊണ്ടുള്ള നോട്ടവും മുറിവായി മാറുന്നു
പ്രതിരോധത്തിന്റെ ഒരു തുള്ളി കണ്ണുനീരിൽ
ആ കരട് നീങ്ങാൻ തുടങ്ങവേ
തിന്മയുടെ ഉഷ്ണക്കാറ്റ്
വീണ്ടും വീശാൻ
തുടങ്ങിയിരിക്കുന്നു
ജാതി മതഭ്രാന്തിന്റെ വിത്ത്
ആ കാറ്റിൽ പറന്നു പറന്നു
സകലരുടെ കണ്ണിലും
കരടായി വീണു
ഇരുട്ടായി മാറുന്നു
ഒടുക്കം
തിന്മയുടെ ആ കരടിനെ നന്മയുടെ
കണ്ണുനീർത്തുള്ളികൾ കൊണ്ട്
ഒഴുക്കിക്കളഞ്ഞപ്പോൾ
ചുറ്റിലും വെളിച്ചം വന്നപോലെ തോന്നാൻ തുടങ്ങി....

മറവി

മോഹങ്ങളേറെ
ഉണ്ടായതൊക്കെയും
വ്യാമോഹമാണെന്ന് ചൊല്ലിയതുമീ
ഏകാന്ത രാത്രികൾ
സ്വപ്നങ്ങളേറെ കണ്ടതൊക്കെയും
ദു:സ്വപ്നമാണെന്ന് ചൊല്ലിയതുമീ
രാത്രി തന്നെ
സ്വപ്നവും മോഹവും മറന്നിടുവാൻ
രാത്രിയുടെ നിശബ്ദതയെ പുൽകിടുമ്പോൾ
കൊഞ്ഞനം
കുത്തിച്ചിരിക്കുന്നു
നിറഞ്ഞൊഴുകും
പുഴപോലോർമ്മകൾ
ഇനിയൊന്നെനിക്ക് ഉറങ്ങീടേണം
സ്വപ്നങ്ങളും മോഹങ്ങളും മറന്നിടേണം
മറവിയുടെ
തിരി തെളിച്ചിടേണം
മറ്റൊരു ലോകത്ത് പൂമ്പാറ്റയായി
പാറിപ്പറന്നുയർന്നിടേണം!

മരണം

ഞാനറിയുന്നു....
വിഷാദത്തിൻ
ഇരുണ്ട കാർമേഘം
എൻ മനതാരിൻ അകത്തളങ്ങളിൽ
നിന്നും മരണപ്പെട്ടിരിക്കുന്നു
എന്ന സത്യം
അന്ധകാരത്തിൻ
ഏകാന്തതയ്ക്കേറ്റക്കുറച്ചിലുകൾ
വന്നിരിക്കുന്നുവെന്ന സത്യം
വിഷാദത്തിൻ മൃതിയുടെ സദ് ആഗമനം

എന്നിലെ കൂരിരുട്ടിനെ ഇല്ലാതാക്കിയതും ഞാനറിയുന്നു
ഏകാന്തപഥികയായി നടന്ന
ഇടങ്ങളിൽ നിന്നും
വിരസത വെടിഞ്ഞൊരു മാറ്റവും ഞാനറിയുന്നു
ഓർമ്മകളെ തഴുകി തലോടുമ്പോഴും
വിഷാദത്തിൻ
കുഴിമാടത്തിൽ നിന്നും വമിക്കുന്ന
അഴുകിയ ദുർഗന്ധം എന്നിലാകെയും പരക്കുമോ
എന്നാശങ്കപ്പെടുമ്പോഴും
ദുഃഖ കാർമേഘം നീങ്ങി പെരുമഴ തോർന്ന നേരം
ഞാനുമൊന്നുണരട്ടെ
മൂടുപടമഴിച്ചിടട്ടെ!

അവഗണന

ജീവിതം അങ്ങനെയുമാണ്.
തിരക്കുകളില്ലാതിരുന്നിട്ടും തിരക്ക്
അഭിനയിക്കുന്ന പലരുമുണ്ട്
ചുറ്റിലും..
ആത്മാർത്ഥത
എവിടെ കൂടുതൽ കാണിക്കുന്നുവോ
അവിടെ നിന്നൊക്കെ
നിസ്സഹായതയോടെ പടിയിറങ്ങിയവരുമുണ്ട് ചുറ്റിലും.
നമ്മളെക്കാൾ മെച്ചപ്പെട്ടവരെ കാണുമ്പോൾ
അവഗണിക്കുന്ന ചിലരുമുണ്ട് ചുറ്റിലും..
ചിലരാകട്ടെ താഴ്ന്നവരെയുമവഗണിക്കുന്നു.
ജോലി കൂലി വേർതിരിവിൽ അവഗണിക്കുന്ന
മറ്റൊരു കൂട്ടർ വേറെയും..
നിറത്തിന്റെ പേരിലും ജാതിയുടെ പേരിലുമുള്ള
അവഗണനകൾ വേറെയും.
അങ്ങനെ അവഗണനയുടെ പലവിധ
മുഖംമൂടികൾ കൊണ്ട് വേഷം കെട്ടിയാടുന്ന
കോമാളികളാണ്
നമ്മളിൽ പലരും....

ഓർമ്മകൾ

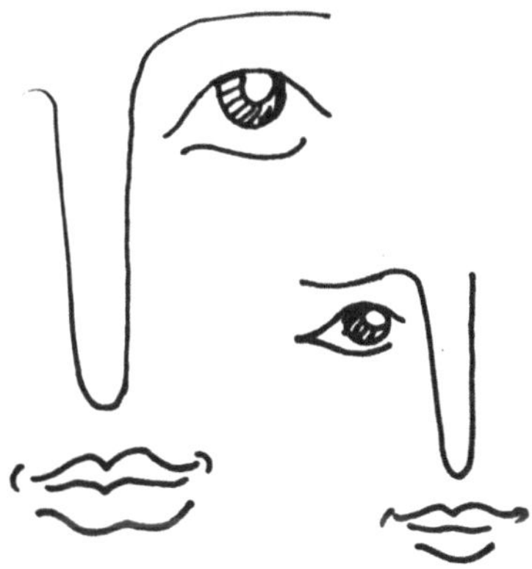

കൊഴിഞ്ഞുപോയ
ഓർമ്മകളുടെ
ആഴക്കടലിലേക്ക്
എന്നോർമ്മകൾ
ആഴ്ന്നിറങ്ങവേ
നഷ്ട സ്വപ്നത്തിന്നവശിഷ്ടം
കണ്ടു ഞാൻ..
ജീവന്റെ
തുടിപ്പ്
തോന്നിച്ചയീ

അവശിഷ്ടത്തിന്നനുവാദം
കൂടാതെയെടുത്ത്
മിനുക്കാൻ നോക്കവേ
നോവിന്റെ ഓർമ്മക്കാറ്റ്
തഴുകിത്തലോടി മറയുന്നു
ഇനിയില്ലയെന്ന
ഓർമ്മപ്പെടുത്തലുമായി
വിരുന്നെത്തുമീ
ഓർമ്മകൾക്കും
നിർവികാരതയുടെ
നീറുന്ന ഓർമ്മ തന്നെ പിന്നെയും..

പ്രണയ മഴ

വരണ്ടുണങ്ങിയ
നിൻ ഹൃദയത്തിലേക്ക്
കുളിർമഴയായി ഞാൻ
പെയ്തിടുമ്പോൾ
നീ പോലുമറിയാതെ
നിൻ ഹൃദയമിടിപ്പിൻ
താളത്തിന്നേറ്റക്കുറച്ചിലുകൾ
സംഭവിക്കവേ
ചുറ്റുപാടുകൾ എത്ര നിശ്ചലം..!

തെരുവിന്റെ മക്കൾ

മുഷിഞ്ഞു മണക്കുന്ന തെരുവോരങ്ങളിൽ കാണാം
നിസ്സഹായതയുടെ പല മുഖങ്ങൾ
ആട്ടിയോടിക്കപ്പെടുന്ന
തെരുവിന്റെ മക്കളെ
വെറുപ്പിന്റെ മുഖങ്ങൾ തുറിച്ചു നോക്കുന്നതും കാണാം
സ്വപ്നങ്ങൾ ഉണങ്ങിക്കരിഞ്ഞ്
പ്രതീക്ഷകളും അവരെ നോക്കി
കൊഞ്ഞനം കുത്തുമ്പോൾ
വേരില്ലാത്ത തെരുവു മക്കൾ വാടിത്തുടങ്ങുന്നു..
വിശപ്പിനെ കീറിമുറിക്കാൻ

വല്ലപ്പോളും കിട്ടുന്ന കുപ്പയിലെ എച്ചിലുകളും കഴിച്ച്
നീരസത്തിന്റെ ശവക്കല്ലറകൾക്ക് മുകളിൽ
തലചായ്ച്ചുറങ്ങുമ്പോൾ
കൊതുകുകൾ
ഇരുട്ടിൽ സംഗീതക്കച്ചേരി ആരംഭിക്കുകയുമായി.
പാതിയുറക്കത്തിൽ വീണു തുടങ്ങിയ
സ്ത്രീ ശരീരങ്ങളിൽ
കഴുകൻ കണ്ണുകൾ കൊത്തിപ്പറിക്കാനൊരുങ്ങുന്നു
പല പുഷ്പങ്ങളിൽ നിന്നും തേൻ നുകരാൻ വെമ്പുന്ന
പകൽ മാന്യന്മാരുടെ മുഖാവരണം അവിടെ
അഴിഞ്ഞു വീഴുന്നു.
ചീഞ്ഞ പുഷ്പങ്ങൾക്കും അസമയങ്ങളിൽ
സുഗന്ധം തോന്നിയോ....?
മഴവെള്ളപ്പാച്ചിലിൽ
ഉരുൾപൊട്ടി ഒഴുകുന്ന
കരിങ്കൽ ചീളുകൾ
ചളികളിൽ പൊതിഞ്ഞ പോൽ യാതനകൾ പെയ്യവേ
ജീവിതനൗകയാൽ
പ്രാരാബ്ദം തുഴഞ്ഞ്
സ്വയം ശിരസ്സാവഹിച്ച്
ദിനരാത്രങ്ങൾ തള്ളിനീക്കവേ
തെരുവിന്റെ മക്കൾക്ക് കാണുമോ
പുറം തിരിഞ്ഞു നിൽക്കുന്ന
ദൈവങ്ങളോട് പരിഭവം....?

വേഷം

വേഷങ്ങൾ എത്ര നാം കെട്ടിയാടി
ഇനിയുമെത്രയോ വേഷങ്ങൾ
നാം കെട്ടിടേണം.
വികലമാം ചിന്തയാൽ മർത്ത്യമനസ്സിനകത്തളങ്ങൾ
വരണ്ടുണങ്ങുമ്പോൾ
ഹ്രസ്വമീ ജീവിതവീഥിയിൽ
ബന്ധങ്ങളുടെ തായ്‌വേര് നഷ്ടപ്പെടാതെ
മുന്നോട്ട് പോകുവാൻ
വേഷങ്ങൾ ഇനിയുമെനിക്കണിഞ്ഞിടേണം
നിറമുള്ള വേഷങ്ങളുമണിഞ്ഞിടേണം
പൊയ്മുഖങ്ങളാൽ
ചുടുരക്തം ഊറ്റിക്കുടിക്കുവാൻ
കപട കർട്ടനുകൾക്കപ്പുറം
ആടിത്തിമിർക്കുന്ന
ദുർഘട ജീവിതയാത്രയിൽ
ഇളിച്ചു കാട്ടും ദംഷ്ട്രകളെ
മാന്യതയുടെ താഴുകൾ കൊണ്ടെനിക്ക് പൂട്ടിടേണം..
സന്മാർഗ്ഗ വേഷം മാത്രമേ
എന്നുമീലോകത്തിൽ
ശാശ്വതമാകുകയുള്ളൂവെന്ന് ചൊല്ലിയതുമീയെൻ
വേഷപ്പകർച്ച തന്നെ..
കുടില തന്ത്രങ്ങളാൽ ചിലർ നേടിയ വേഷമത്രയും
വീണുടഞ്ഞിടാൻ നിമിഷനേരം മാത്രം
മതിയല്ലോയീ പാരിലെന്നും.
മധുരമൂറും വാക്കുകളാൽ

കാപട്യത്തിൻ കടും നിറം ചാലിച്ച്
പുറമേ ചിരിച്ചും അകമേ വെറുത്തും
ആട്ടമാടുന്ന അനീതിയുടെ ഘാതകർക്കിടയിൽ
വേഷങ്ങൾ ഇനിയുമെനിക്ക്
കെട്ടാതെ വയ്യ..
വേഷപ്പകർച്ചയുടെ
ഇരുൾ പൊതിഞ്ഞ്
ദുഷ്ടത നീട്ടുന്ന നീരാളി ഹസ്തങ്ങളെ
ഇനിയുമെനിക്ക് തിരിച്ചറിഞ്ഞിടേണം.
നിലനിൽപ്പിനായി കെട്ടിയാടിയ വേഷങ്ങളത്രയും
ഇനിയുമെനിക്കരങ്ങിൽ കെട്ടിടേണം
അണിയറയിലഴിഞ്ഞിടാതെ നോക്കിടേണം.

ഗൃഹാതുരത്വം

പഴമയുടെ ഓർമ്മച്ചില്ലുകൾ
നിലത്തു വീണു ചിതറിത്തെറിച്ചപ്പോൾ
ചീളുകൾ വന്നു തറച്ചതാകട്ടെ
എൻ ഹൃദയ ഗർത്തത്തിലും.
പഴമയുടെ പുതു ലോകം
വന്നെത്തിയാലെന്നാശിച്ചു
പോകുന്നു ഞാനും..
ഇലഞ്ഞിപ്പൂക്കൾ പെറുക്കി

മാല കോർത്ത് തലയിൽ ചൂടിയും
നിറങ്ങളാൽ വിസ്മയം തീർക്കുന്ന
നാരങ്ങാ മിട്ടായി ഭരണികളും
പാടത്തെ മീൻ പിടുത്തവും
മാവിൻ ചുവട്ടിലെ ഊഞ്ഞാലാട്ടവും
കഞ്ഞിയും കൂട്ടാനും കളികളും
ഇന്നിന്റെ കുഞ്ഞുങ്ങൾക്ക്
അന്യം തന്നെ..
എൻ മനസ്സിന്നോരം ചേർന്ന് ഓർമ്മകൾ
ചാഞ്ചാടിക്കളിക്കവേ
സ്വകാര്യ താവളങ്ങൾ തേടിയലയുന്ന
ഭാവി തലമുറയുടെ വാഗ്ദാനങ്ങളാം
കുഞ്ഞുങ്ങളെ കണ്ടു ഞാൻ.
അവർക്ക് ഒരുമയുടെ ഓർമ്മകൾ ഇല്ല
പെരുമയുടെയും ഓർമ്മകൾ ഇല്ല
ചുറ്റുമതിലുകൾക്കുള്ളിൽ
അവനവനിലേക്ക്
ഒതുങ്ങുന്ന ചിന്തകൾ മാത്രമുണ്ട്.
ഇടവഴികളിൽ തലയുയർത്തി നിൽക്കുന്ന
ചെമ്പരത്തിച്ചെടികളും
തെച്ചിയും മന്ദാരവും പാരിജാതവും
ശീമക്കൊന്ന മരങ്ങളും
മഞ്ചാടി മരങ്ങളും
ഓർമകൾ തഴുകിത്തലോടി മറയുന്ന വേളയിൽ
എൻ മനതാരിൽ വസന്തം തീർക്കുന്നു
ഇനിയില്ലയീ സുന്ദര നിമിഷങ്ങൾ
നിറഞ്ഞൊരു കാലവും
ബന്ധങ്ങളും
അന്നം തേടാനുള്ള പരക്കം പാച്ചിലിനപ്പുറം
നാലു ചുമരുകൾ മാത്രമീ
മർത്യ മനസ്സിന്നകത്തളങ്ങളിൽ.
കാലം ഇന്റർനെറ്റിന്റെ മാസ്മരിക
വലയത്തിനുള്ളിൽ തളച്ചിടുമ്പോൾ

ചുരുങ്ങിപ്പോകുന്നു ബന്ധങ്ങളുടെ നല്ലൊരു ഭാഗവും.
ഇന്നിന്റെ ഘടികാരസൂചികൾ
പിന്നോട്ട് തന്നെ ചലിച്ചിരുന്നെങ്കിലെ
ന്നുമാശിച്ചിടുന്നു ഞാൻ..

തൊട്ടാവാടി

ജലം തരേണ്ടതില്ല
വളം തരേണ്ടതില്ല
അലങ്കാരമായ് കൊണ്ട് നടക്കേണ്ടതില്ല
നിറയെ വസന്തം വിരിയിച്ച്
എന്നും പൂത്തു നിൽക്കാമെന്നു തൊട്ടാവാടി..

നിങ്ങളൊന്നു തൊട്ടാലോ
എൻ ഉടലാകെ വാടിത്തളർത്തി
തലതാഴ്ത്തി കുമ്പിട്ടിരിക്കാമെന്നു
തൊട്ടാവാടി..
എല്ലാം ക്ഷമിച്ചു ഞാൻ പതിന്മടങ്
ഉയിർത്തെഴുന്നേറ്റ്
തലയുയർത്തി പിന്നെയും
വളർന്നു പടർന്നു പുഷ്പിക്കുമെന്ന്
തൊട്ടാവാടി..
വേരോടെ പിഴുതു മാറ്റിടാൻ
നിങ്ങൾ പിന്നെയും തുനിഞ്ഞാൽ
എൻ മൃദുലമേനിക്കുള്ളിൽ
വേദനിപ്പിക്കാൻ മൂർച്ചയുള്ള
മുള്ളുകളും കൂടി
ഉണ്ടെന്ന് തൊട്ടാവാടി

മോഷണം

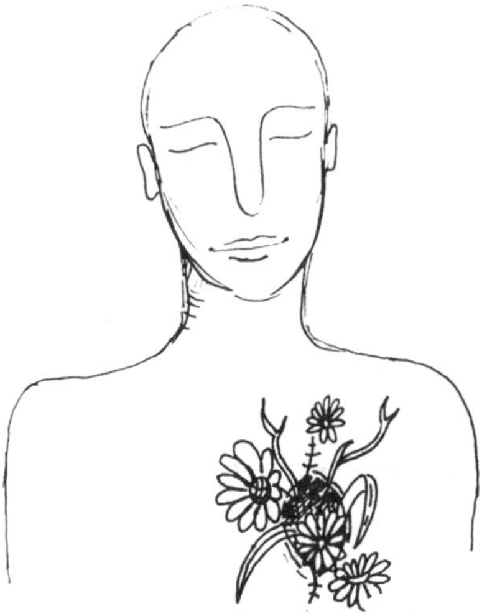

താഴിട്ടു പൂട്ടി വെച്ച്
നിധിയായി കൊണ്ട് നടന്ന എന്റെ ഹൃദയത്തിന്റെ
താക്കോൽ കൂട്ടം
എവിടെയോ മറന്നു
വെച്ചു പോയ്.
എന്റേതു മാത്രമായ സന്തോഷങ്ങളിൽ
എവിടെയൊക്കെയോ
വിള്ളൽ വീണിട്ടുണ്ടെന്നു
തിരിച്ചറിഞ്ഞതിൽ പിന്നെ
ആ താക്കോൽ കൂട്ടം

അന്വേഷിച്ചു നടന്നു.
ഒടുവിൽ തിരിച്ചറിഞ്ഞു
നല്ല രീതിയിൽ തന്നെ
മോഷണം നടന്നിട്ടുണ്ടെന്ന സത്യം.
മോഷ്ടാവിനെ നിമിഷങ്ങൾക്കുള്ളിൽ
കൈയ്യോടെ പൊക്കി.
കളവ് വസ്തു
തിരിച്ചേല്പിക്കാൻ
എത്ര പറഞ്ഞിട്ടും തസ്കരൻ കേൾക്കുന്നതുമില്ല.
കവർന്നെടുത്തു പോയതാകട്ടെ
എന്റെ ഹൃദയത്തിന്റെ അറകളിൽ
ആരും കാണാതെ
ആർക്കും കൊടുക്കാതെ
ഒളിപ്പിച്ചു വെച്ച
സ്നേഹത്തിൻ മുത്തുകളും!

സ്വാനുരാഗം

ഞാൻ എന്നെ തന്നെ
സ്നേഹിച്ചു തുടങ്ങിയാലോ
എന്നൊരു ചിന്ത
വന്നതിൽ പിന്നെ
ജീവിതത്തോട്
വല്ലാത്തൊരു പ്രണയമാണ്.
ആർത്തിയാണ്.
എല്ലാവരും ഒത്തു
ഭക്ഷണം കഴിക്കുമ്പോൾ
അവർ കഴിക്കുന്നതുതന്നെ
കഴിക്കാതെ
എനിക്കിഷ്ടമുള്ളത്
കഴിക്കുന്നു.
തുണിക്കടയിൽ പോയാൽ
മറ്റുള്ളവർ സെലക്ട് ചെയ്ത്
തരുന്ന ഡ്രസ്സ്
ഇഷ്ടപ്പെട്ടിട്ടുണ്ടെങ്കിൽ
മാത്രം
എടുക്കുന്നു.
ഇഷ്ടമുള്ള കളർ
സെലക്ട് ചെയ്യുന്നു.
യാത്ര ചെയ്യുമ്പോൾ
എനിക്ക്
ഇഷ്ടപ്പെടുന്ന ഇടങ്ങളിലേക്ക്
മാത്രം

യാത്ര ചെയ്യുന്നു.
അഭിപ്രായം പറയുന്നു.
എനിക്ക് ഇഷ്ടമുള്ള ജോലികൾ
നോക്കി ചെയ്യുന്നു
ഇഷ്ടത്തിനനുസരിച്ചുള്ള
നേരം പോക്കുകൾ
ഞാൻ കണ്ടെത്തുന്നു.
വിശ്രമവേളകൾ എന്റേതായ സന്തോഷങ്ങൾക്ക്
വേണ്ടി മാറ്റിവയ്ക്കുന്നു.
ആരെന്തു വിചാരിക്കും
എന്നോർക്കാതെ
എനിക്ക് നല്ലതെന്നു കരുതുന്ന
കാര്യങ്ങൾ ചെയ്യുന്നു.
അതെ ജീവിതത്തിന്
ഇപ്പോൾ കൂടുതൽ
ഭംഗി തോന്നുന്നു.
കാരണം,
എന്റെ ഇഷ്ടങ്ങളെ തൃപ്തിപ്പെടുത്തുവാൻ
എനിക്കല്ലാതെ
മറ്റാർക്കു കഴിയും?

കൂലിപ്പണി

സിരകളിൽ കഷ്ടപ്പാടുകളുടെ
കൂമ്പാര ലഹരിയും
കുത്തി നിറച്ച്
സുഖലോലുപതയുടെ പരാഗണം
നടക്കാത്ത കൂലിപ്പണിക്കാർ
നാടും വീടും
കയറിയിറങ്ങി
അന്നന്നത്തെ
അന്നത്തിനായുള്ള
പണിയും നോക്കി

അലയുന്നു.
ലാവണ്യാനുഭൂതി നുകർന്ന്
അത്യുന്നതർ ആർമാദിക്കുന്നതിനിടയിലും
എന്തിനുമേതിനും
ആശ്രയിക്കേണ്ടവരാണ്
ഇവരെങ്കിലും
പുറം പണിക്കാരെ നിഷിദ്ധമായി കാണുന്നുമുണ്ട്
ചില വിശിഷ്ട ചടങ്ങുകളിൽ.

ഉറപ്പില്ലാത്ത
പുറം പണിക്കിടയിൽ
വിരുന്നെത്തുന്ന
ആകുലതകളും
പകർച്ചവ്യാധികളും
പ്രതീക്ഷകൾ
ഇല്ലായ്മയുടെ
അഗ്നിനാളങ്ങളിൽ ഞെരുങ്ങി
അമർത്തി
ഉന്മൂലനം ചെയ്യുന്നു.
അദൃശ്യമായ തേങ്ങലുകൾ
ഉള്ളിൽ കിടന്നു വിങ്ങുമ്പോഴും
ദാരിദ്ര്യം നുണഞ്ഞു വിശപ്പകറ്റാതെ
കുടുംബത്തിന്റെ പട്ടിണി മാറ്റാൻ
പകലന്തിയോളം
പകൽചൂടും
പെരുമഴയും
വകവെയ്ക്കാതെ
നെട്ടോട്ടമോടുന്നവരാണവരും.
തൊഴിൽ സമ്മർദ്ദങ്ങളുടെ കുത്തൊഴുക്കിൽ
മനസ്സൊന്നു ചാഞ്ചാടുമെങ്കിലും
പകച്ചു പോകാതെ
വിയർപ്പ്
കണങ്ങളിലൂടെ

ബുദ്ധിമുട്ട്
ഒഴുക്കിക്കളഞ്ഞ്
നാളെയുടെ കുടുംബത്തിന്റെ
അന്നവും
ചിന്തിച്ച് നടക്കുന്നു.
കഷ്ടപ്പാടിന്റെ
തരിശുനിലങ്ങൾ
കണ്ണുനീർ കൊണ്ട്
നനച്ച്
അതിൽ
സന്തോഷത്തിന്റെ വിത്തുകൾ
വിതച്ചെടുത്ത്
വസന്തം തീർക്കുന്നു.
എത്ര നാം പാടില്ലിനിയിവിടെ
വേർതിരിവ് എന്നോതിയാലും
കൂലിപ്പണി എന്ന് കേൾക്കുമ്പോൾ
തന്നെ മുഖം ചുളിക്കുന്ന
ചിലരുമുണ്ട് ചുറ്റിലും.
അണപൊട്ടിയൊഴുകുന്ന
ദുരിതക്കയത്തിലെ
ചിലവുകൾ വ്യതിചലിക്കുന്ന
സാഹചര്യങ്ങൾ
മറികടക്കാൻ
ദൈന്യതയുടെ ഭാണ്ഡവും
പേറി നിരന്തരം
അലഞ്ഞിടുന്നു.
കഠിന പണിയുടെ വേദനയുടെ
രോദനവും വഹിച്ച്
തരണം ചെയ്ത
കൊഴിഞ്ഞു
പോയ
അല്ലലുകളെ ഓർത്ത്
നിർവൃതിയിലുമാഴ്ന്ന്

സങ്കടത്തിന്റെ
മൂടൽ മഞ്ഞിനെ
മാറ്റിക്കളയുന്നു.
ആർത്തിരമ്പി എത്തുന്ന
സന്താപക്കടലിൽ മുങ്ങിത്താഴാതെ
കുടുംബത്തിന്റെ അത്താണിയായവർ
ദൂരങ്ങൾ താണ്ടി
ഇനിയും മുന്നോട്ട്
തന്നെ കുതിച്ചിടട്ടെ..

ലഹരി

തലച്ചോറിൽ ഇന്ദ്രജാല
നൃത്തവും ആടിപ്പാടി
വേവുന്ന ഹൃദയ താളത്തോടെ
അശാന്തി വിതയ്ക്കും ലഹരി
അന്ധകാരത്തിൻ ചുവടുകളുമായി
വിടരുന്ന ബാല്യങ്ങളെ
കൊഴിച്ചിടുവാൻ
നാശത്തെ മാടി വിളിച്ചെത്തുനു
യൗവനങ്ങളിലീ
മരണ വിത്ത്
ചേക്കേറിയാൽപ്പിന്നെ
അപരാധികളായി മാറുന്നു.
ഇരുൾ പരക്കും ജീവിതത്തിലേക്ക് ലഹരിയുടെ ഉന്മാദം
കാമത്തിൽ തിരയിളക്കവും
മനതാരിൽ വഹിച്ചു
കളിയും ചിരിയും
കണ്ണുനീരാക്കി മാറ്റുന്നു.
മരവിച്ച മനസ്സുമായി
താളം പിഴച്ചലയുന്ന ജീവിതങ്ങൾ
അടിതെറ്റി നിലയില്ലാ
കയത്തിലേക്കിടറി വീഴുന്നു.
നാടിനാപത്തായി
വഴിപിഴച്ചവൻ എന്ന പേരിൽ
ലഹരിതിളയ്ക്കുന്ന വഴിയിലൂടെ
പിന്നെയും സഞ്ചരിക്കുന്നു.

ഒരിക്കലിതിൽ വീണാൽപ്പിന്നെ
തിരിച്ചു കയറുക പ്രയാസം.
സ്ത്രീയുടെ മാന്യതയെ
ചോദ്യം ചെയ്യുന്ന ലഹരി
കണ്ണുനീരൊഴുക്കി കരയുന്ന വീട്ടുകാർ
അനന്തര ഫലങ്ങളനവധി
ലഹരിയെ തളർത്തിടേണം
പാരിൽ വെളിച്ചം നിറച്ചിടേണം.

വീട്ടമ്മ

യന്ത്രം കണക്കെ അലഞ്ഞിട്ടും
പണിയൊന്നുമില്ലാത്തവൾ
എന്ന പേരുമാത്രം
ഉത്തരവാദിത്വങ്ങളും
കടമകളും കൊണ്ട്
വീർപ്പുമുട്ടുമ്പോളും
പരാതിയോ
പരിഭവമോ
ഒന്നുംതന്നെയില്ലാത്തവൾ..
അമ്മയുടെ ജോലി

രേഖപ്പെടുത്തും കോളങ്ങളിൽ
വിലകുറച്ചു കാണിക്കുംവിധം
കുറിക്കുന്നു നാം
ഒന്നുമില്ലെന്ന നാലക്ഷരം
പകലന്തിയോളം പണിയെടുത്തിട്ടും
അല്ലലുമാധികളും
മാത്രംബാക്കിയുണ്ട്
പരിഹാസം കേട്ടു മടുക്കുന്നു
പണിയൊന്നുമില്ലാത്തവൾ..
വെറുതെയിരുന്നിട്ട്
സുഖം പിടിച്ചല്ലോ
എല്ലിൽ കുത്തുന്നുണ്ടോ
എന്നൊക്കെയുള്ള
മനസ്സിൽ തറക്കും
ശകാരങ്ങൾ ബാക്കിയും
കയ്യും മെയ്യും ഒരുപോലെ
ചലിപ്പിച്ചാലും
തീരില്ലയീ വീട്ടുജോലികൾ
ഔദ്യോഗിക പദവിയോ
വേതനമോ
അവധി
ദിവസങ്ങളോയില്ല
അസുഖം വന്നാൽപ്പോലും വിശ്രമമില്ലാത്ത ഒരു ജോലി
മേശയിൽ വിളമ്പേണ്ട
ഭക്ഷണത്തിന്റെ
ചിന്തകളും ആശങ്കകളും
ഓരോ നേരവും
തലയിൽ പേറി നടക്കുന്നവൾ
ജോലി കഴിഞ്ഞെത്തുന്ന
ഭർത്താവിനെ സന്തോഷിപ്പിക്കേണ്ടവൾ
ഉടുത്തൊരുങ്ങി നിൽക്കാനോ നേരമില്ല
പാത്രം കഴുകൽ,
അലക്കണം, തുടയ്ക്കണം,

ഇസ്തിരിയിടണം..
അങ്ങനെ വേതനമില്ലാത്ത ജോലികൾ
നിരവധിയുണ്ടിവിടെ..
തീയും പുകയും കൊണ്ട്
ഉറ്റവർക്ക് വേണ്ടി പായുമ്പോളും
കിതച്ചു നിൽക്കില്ലവൾ
കറിയിലല്പം ഉപ്പോ എരിവോ കൂടിയാലും കുറഞ്ഞാലും
കേൾക്കുന്നു
കുറ്റം തന്നെ ബാക്കി പിന്നെയും.
നല്ലൊരു വാക്ക് ഒരിക്കലും കേൾക്കില്ലതാനും.
ശകാരങ്ങളോ ഒട്ടനവധിയുണ്ട്
ഒടുക്കം..
അവളുടെ വിലയറിയുന്നു
കുറച്ചു നേരം അവളൊന്ന്
മാറിയപ്പോളേക്കും..!

സാന്ത്വനം

മുറിവേറ്റ മനസ്സിന്
കുളിർമഴ വന്നപോൽ
തണുത്ത്
ശാന്തമാകുവാൻ
വേണം
സാന്ത്വനത്തിൻ തലോടലുകൾ.
കണ്ണെത്താദൂരംകണക്കെ
ആശങ്കകൾ തളംകെട്ടി
പിടയുന്ന നെഞ്ചകം
തേങ്ങിടവേ
ദുഃഖം തിളയ്ക്കുന്ന
മനസ്സിനാശ്വാസം പകരുവാനും
വേണം,സാന്ത്വനവാക്കുകൾ
നഷ്ടസ്വപ്നങ്ങളിൽ നിന്നൊരു മോചനത്തിനും
സ്വാന്തനസ്പർശനം കിട്ടുമ്പോൾ
മോഹങ്ങൾ കൊയ്തെടുക്കാം
അപ്പോൾ മധുര പ്രതീക്ഷകൾ
അവിടെ പുനർജ്ജനിക്കുന്നു
നിദ്രപുൽകുന്നേരം
വിങ്ങും ഓർമ്മകൾ-
ക്കാശ്വാസം കിട്ടുവാനും
വേണം, സ്വാന്തനത്തിൻ
കരങ്ങൾ.
കരളുലച്ചിടുന്ന വാക്കിന്മേൽ
ചിറകറ്റു പതറുമ്പോൾ

ഞാനില്ലേ കൂടെ
എന്നൊരു സാന്ത്വനമൊഴി
മാത്രം മതി
ഏത് പ്രതിസന്ധിഘട്ടവും
തരണം ചെയ്തു
മുന്നോട്ടുകുതിക്കുവാൻ...